ప ఠ వ.

శ్రీవత్సాంకలసద్భుజాంతిక ముఖ స్వీకారోదువహారాగ్రకే
భావిభ్రాంతి నిసంగుణత్వచరితేక్ శైకేయురాశ్మిద్రసం
బోధింపుల్ తివమైఁ బోకంగ సలమోల్మ్ఁ గాభిధా సేందిరా
దేవిం గౌఁగిటఁ జేర్చు వేంకటపతిన్ ధీయుక్తిఁ గీర్తించెదన్. 1

ఉ. ధీనిరవద్య స్వాప్యనిరతిన్ వాంతోధరితో త్ర్యవంబలక్
బూనకిడాని బోమ్మకలుమల్ వెలుముల్లలయిద్దుగుష్ట స
న్మానిమనో విహారిణి గరూపిమణీమణి భూరివారిక
స్నానముఁ గాద్భుఁగాతి గరిమన్ శిలీముఖజాల మైనమత్కృతిన్. 2

ఉ. పుంఖితతీక్ష్ణకర్ణములు భూరివిరోధిశిరోభులంబ జన
ప్రేంఖదరాతివాస్త్రములు విద్రవదంబులు సంగిబావలి
రింఖదరిప్రవేష్టములు క్రేలఁగ లీల వెసంగు దైత్యభీ
చ్ఛృంఖముఁ జక్రముల్ గదయు శార్ఙ్గము ఖడ్గము మమ్ముఁ బ్రోవుతన్. 3

క. భానురిసూరిగ్రామణి భూసురముఖపంకిరుహ నానబోమణివినమ
ద్దాసనిచయుదింటో మణి, జే సంగరిగురుశిఖామణిఁ గొలిచింతున్. 4

తే. సోమునన్నపఁ దిక్కనసోమయాజి, భీము శ్రీనాదు బొప్పరాజు పెద్దనార్యుఁ
బోతనామాత్యు మఱియును బొలుపుఁగాంచు, నాంధ్రకవితానికాయంబు నభినుతింతు.

చ. శ్రీరమణీధవార్పితము నీయుక్కృతిన్ బ్రతికూలవృత్తిమై
క్రూరవచోవికారములఁ గుందగు జెల్లని చూడ్కిఁ జూచి చే
సారసు సాకి దూలునఁ గుశంకలఁ బోవకఁ దన్నలార! మీ
చేతువు లవ్యకావ్యసరణిన్ బురిణింపఁగఁ జేయఁ జొప్పగున్.

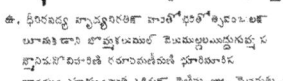

[illegible] పై [illegible] ప్రభువుల . 9

అరసములలోఁ బెద్దన, గారవఁగా మాఘదీపానికావిలస
ద్యోఁణి నిర్ధారిణిఁ దగు, కారుణికులలోనఁ బరమకారుణికుండై . 10

పెద్దనఁగారావేలుపుఁ, బెద్దనఁగారింటిభాతి శృతమై భువుఁజై
పెద్దనఁగా రాజాదుల, పెద్దనఁగారాధ మిద్యుబిదదముఁ జెప్పన్. 11

సన్నుతకృష్ణరాయనృపసత్తమునిత్తము రాఁ జరింపఁగన్
మన్నన మీఱఁ భూరిబహుమానముగా గజరాజరాజిఁ గై
కొన్న ఘనుండు పైఁ జీనులగో త్రపవిత్ర చరిత్రుఁ జార ప
ద్దన్నసిరుల్ సరుల్ పొగడ నక్కడి దిక్కడి పెక్కుడై తగున్. 12

వహీమహీకోటారియుప్పుడి అద్విలసుసార. సింగరాచార్యులప్రియశిష్యుఁ డగుచు
సాచార్యపదభక్తి దయాశ్రితావనశక్తి, నెలిగికోర్యాదాట్యకవిఁ దగుచు
రాయలరాజకార్యములందు నిపుణుఁడై, ప్రాజ్ఞసామ్రాజ్యసంభరితుఁ డగుచు
ధనధాన్యకటక సైనికయుల్ల పట్టిల్ల, ఛాత్రీసురత్రాణదక్షుఁ డగుచు
పగివీకవిలంబి సకలవిద్యాదాక్షిణ్య, పద్యగద్యావళీ ప్రస్ఫుటభవ్యనవ్య
కావ్యసంభావ్యధీకుసంగ్రామనిశ్చయ, బిరుదుఁ డగుచుఁ దనరు మిక్క పెద్దకవి. 13

మానితమూర్తియైన విలువామిళి పెద్దనృపాలమౌళికిన్
మూనఁ దొరిందు గర్గ వధినాదనపాదమునృపయాపురం
ఘాఃలికత్రజాలుఁడు నయానయనిర్ణయశీలుఁ డుత్తమ
జ్ఞానఘనుండు అప్పనృపసత్తముఁ డుత్తముఁ డిమ్మడిన్ రహిన్. 14

చంపకమాల. ధరాధరాధరాధిపస్థైర్యధుర్యకీటుర్కర
స్ఫురితకీర్తి తత్సృష్టి ప్రభూత శాతకోటిన్

నిత్యసత్యవ్రతనిష్ఠాగరిష్ఠ, కన్నపూర్ణాదేవి కన్నపూర్ణ
సౌశీల్య వాత్సల్య సాకల్యకల్యత, కన్నపూర్ణాదేవి కన్నపూర్ణ
సౌందర్య గాంభీర్య చాతుర్య ధుర్యత, కన్నపూర్ణాదేవి కన్నపూర్ణ
వరకవుల వేలుపులగిడ్డి వానిజెడ్డి, పద్మనాభునితోఁ బుట్టువడఁతి యగుట
కన్నపూర్ణమహాదేవి కన్నపూర్ణ, మహితసద్గుణనికురుంబ మాదమాంబ. 18

ఆమాగమాంబవలనఁ బ్ర, భామహితుఁడు వేంకటాద్రిశనయుఁ గనియెన్
సోమపరస్తోము శుభ, వ్యోమనదద్ధామకీర్తి నార్జితమూర్తిన్. 19

వేంకటనాథుఁ డౌసగ, పంకజభవుఁ గొలుచు జననీజనకుల్
వేంకటపతినామంబున, నంకితముఁ గావించి రతని నాశ్రితభరణున్. 20

శంకాతంకాపనోదా, హంకారస్ఫారశౌర్యహార్యతనుండై
వేంకటపతి ధృతిమూర్తిని, వేంకటపతి యనఁగ జగతి విమలకీర్తి నెక్కెన్. 21

ఆ వేంకటపతినృపతి, దేవి రహిం గామమాంబ దినదినమార్గా
దేవిని శ్రీదేవిని బా, ర్వతినిఁ బోలెడు కుమారికిన్ సుమతియనన్. 22

పేరుపమిడిలఁ బుట్టినిలు నీరుగ గోలుగు గాఁగఁ బట్టినా
మారునిఁ గిన్న అల్లిగాఁ గుమారి నితల్లియును సాటివత్తు
భూరితరవ్రతాచరణఁ బుట్టినయింటికి ధన్యకీర్తి యున్
దారుపమున్ వసర్పుడరిస్ప కొలిన్పై తగు పాపమాంబకున్. 23

ఉ. పటుగతిఁ బాపమాంబకును శ్రీధవభక్తి కలితయైన వేం
కటపతికిన్ దమూరిపురి గల్గిరి నల్వురు విక్రమక్రమో
ద్భటనిపుపోరి జగ్గనరపాలుఁడు రామధరావరుండు మా
రట మదమండు పెద్దశివరామ నరేంద్రుని వేంకటాఖ్యుఁడున్. 24

దనభోగ మెఱుఁగులు మీఱఁగ వెచ్చపూర్చక, తా నజిహ్వాగతిఁ బాల్పు నేని
నవవారి గోరుఁగుల వేఁడిన నైనవివిక, ఘనవృత్తి భువనమ్ము మనుచు నేని
దనధర్మ మెఱుఁగులు పూనిన డీలుపడకిక, సమసృష్టి తాఁడిమ్ము సలుపు నేని
తే. తేజమునఁ జిత్రభానుండు ధృతి హిమాద్రి, శివి ఘనమూర్తిగిరిశు మాహేశ్వరుండును
పాటిరాఁదగుసా క్రితక్రమపరిరాధ, దరణి కిచ్చినశివరామధరణిపతికి. 29
క. రమణాంబను లక్ష్మాంబను, గ్రమమునఁ గాంచి గ్రహాణము గావించె స్వామి
త్తిముఁ డెయ్యెరువురవలసం, గొమరుల నిరువురను గాంచి కూర్మినఁ బెంచెన్. 30
వ. అక్కుమారయుగళమ్మునందు. 31
తే. రమణమాంబాత్మజుఁడు బలరామనృపతి, లక్ష్మణాంబాసుతుండై లలి వహించె
నచ్చమాంబాసుతుఁడు పార్వతమ్మతోడఁ, బ్రబలుఁడై యొప్పె వేంకటరామనృపతి.
క. చినశివరామసుధీమణి, యనుజుఁడు పట్టాభిరామయాగ్రణి లక్ష్మాం
బను బెండ్లియాడి క్రమమునఁ, దనయచతుష్కంబుఁ గాంచి ధాత్రి రహించెన్. 32
సీ. రంగమాంబామనోరాజీవమిత్రుఁడై, కరమొప్పు రఘునాయక ప్రభుండు
వెంకమాంబాగుణాలంకారకలితుఁడై, రాణించు వేంకటరామవిభుఁడు
బుచ్చిరామాంబాకరిస్ఫురితోపభోగుఁడై, మహిమంబుఁ గాంచు లక్ష్మణవిభుండు
చినరంగమాంబికాశ్వంగావిభవంబుఁ, గాంచుకుమారజగ్గన్నతోడ
తే. దక్షధవునానవముల విద్యంబు గాంచి, వేదములతో సి సత్యమ్ము నిస్తరించి
బ్రబలెఁ బట్టాభిరామభూపాలకుని చ, తుష్టయమును పెర . ద్భవతుష్టయంబు. 33
తే. అవనిఁ బట్టాభిరామన్నఁ యనఁగఁ దమ్ముఁ, డాశ్రితామంధాత్రియహమ్ము శత్రు
కాలకూటము మిత్రసుధాలవాల, మొలఁ దనరారు వెంకభూపాలకుండు. 34

[illegible]

త్సదిమలకీర్తివిహారుఁడు ధీరుఁ డుదారుఁడు శూరుఁ డభీరుఁ డనిశ
బదిలుఁడు శిక్షితసాధిలకేవలశాసనలశాపలరాకలుశ
పెదశివరామగురుధీరాజి యాశలఁ జేశలకౌశలుఁడై చెలఁగున్. 40

. సంశ్రితసురద్రుమవల్లి యోగామాహాతల్లి, బంధుజనసింధుసరసీసంపదలభరణిఁ
బరగు పెదశివరామభూపాలుదేవి, భూరిసద్గుణనిసరుంబ బుచ్చమాంబ. 41

. ఎలమిఁ బుచ్చమాంబవలనఁ దనూభవ, పంచకంబుఁ బడసెఁ బెదశివరుని
గాఁ పంచకంబుభూతి శ్రీపతశివ, రామవిభుఁడు భాగ్యరాశియనఁగ. 42

. రతిపతికన్నమిన్న జయరామవిభుండు ఘనుండు వెంకట
క్షితిపతి సాహితీసలిలసింధుఁడు రామధరాధిపుండరయం
బతిధృతిలక్ష్మణప్రభుఁ డుదారయశుం డగుచంద్రమౌళియు
బ్రతిభవుతాగ పెద్దశివరామతనూభవు లా ర్తపై ఖవుల్. 43

. అందు 44

అలజయరామసుధీమణి, వలనొప్పఁగఁ బార్వతమ్మవలనఁ దన మూలం
బలిమూరనిరుపురఁ గాంచెన్, సులలితగతి వెంకవిభునినారప్రభునిన్. 45

తే. వెంకమాంబాసమేతుఁడై వెంకనవని, పాలతిలకుండు సిరులచేఁ బరఁగవిభ్లె
బుచ్చమాంబాసమేతుఁడై భూరిసౌఖ్య, సంపదలఁ గాంచె నారాయణవిభుఁడు. 46

మ. జయరామప్రభుమున్నుతివ్సుఁ గురుదోస్సారుం ఘు ధీరుండుని
ర్భయుఁ డు గ్రామవద్దోహాలుండు విమతప్రాలేయబాలార్కుఁ డ
వ్యయనారాయణపాదభక్తినిరతుం డావ్యాంగు రంగాంబికా
ప్రియుఁడా వెంకనృపాలచంద్రుఁ డిలఁ గన్పెన్ గీర్తియన్నిష్కలన్. 47

[illegible]
రాజకళానురుచిట రహిఁ బొసి నానాట, చెఱిసాల నిలకొన్న చిన్నతనము
పావనీదీర్ఘఁగఁ గ్రమ్మజనితరించి, సైఁదిసులగోత్రమిద్ధాత్రిపాత్రయుగను
జెలఁగునాముష్మహాలుఁ జెట్టనట్టె. ధీరధోరణిబాంకి దేవిశివి. 50
శీవిఁవనరాయబాశకి దేవివలన, రామభూపాలతిలకుండు ప్రేమమీఱఁ
బడసిముప్పుదఁ దనయుల ధరితనయుల, హరిహరాబ్జభవాంశమ్ములందు వారి. 51
వెంకటక్షితిపతిఘనశౌ, ర్యాంగుఁ దుబత్మన్నయనిజా శ్రీనివాస్లి
జాంకుఁడు సీత ప్రభుఁడన, నంకితనామములవిజయమందిరిసరణిన్. 52
సలలితభాగ్యచిహ్నములఁ జన్మతికౌక్కుఁడు చిన్నరాంబికా
జలజహపాణితోఁ డసుఖసంతితిఁ గాంచు ఘనుభూరికై ధనం
బులఁ దనరారి నూరిజనములౌ జనముఖ్యుఁ డటందు నెంచఁగా
విలసిలరాము భూవరుని వెంకశృపాలుఁ డలోలకీలుఁడై. 53
చిరమామిళ్ళకులాబ్ధిచం ద్రుఁడు జగు శ్రీపాంగ్రుఁడెచ్చన్నభూ
వరుఁడుఁ దొల్లను నాఁడినన్నుతయసింబాలిగ్రతాంత్రైపుధ
స్ఫురణన్ సంతతిఁ గాంచి విప్రతతికిన్ భూగోహిరణ్యాదిభా
స్వరదానంబులఁ దృప్తిచేసి తతకీర్తి సభ్యుల్ ప్రశంసింపఁగన్. 54
ఆరామప్రభుసీతభూమిఁ విభుం డక్రాంతివిక్రాంత
వై వ్రాసింపైనను ప్రపంచము గెల్వం బాహుబాహాప్వరో
దారంబై నిజవాస్తవారిరుమామిడ్డా శ్రీనుగశ్రేణికిన్
హారాళంబుగఁ గోర్కిఁ జేఁదనయన్ హేమాద్రితో మాద్రియై. 55

క. అలఘుపటీ నరిపాళి, న్వలఘునజానత్వవిలసనాంబుధిం
బాలుగఁ గాంచెం బ్రీతిన్, బాలురఁగా నాయఁడమ్మ పాపయ్యయునన్. 59

క. ఆనాయఁడమ్మ నిమ్మది, గానిలకొని పాపమాంబ కాసహితుండై
నానావిధభోగమ్ముల, నానందమునొంది జగతి నభిమతిఁ గాంచెన్. 60

క. అనలఘుపుర పుట్టములు, లోనంగడగొట్టునుజనలోలుఁడు వెంక
టనాథుఁడు గోవిందాం, బానురతిం గాంచె నీతియాఖ్యుం డనయున్. 61

క. అనలుగురుధీయులఁ దగు, నానలుగురు నీగువిక్రమాతిశయమునన్
ధీనిధిజయమునం జెలు, వానఁదగెదై రామభూవరాగ్రణి ధరణిన్. 62

పంచచామరము. చిన్నగారివారలుండువారి పిన్నచిన్నపానఁడైఁ
జున్నగారివెంటనంట దైవ దరింగు నైభవిన్
బన్నగారివానసాంశభోజరామభూవిభుం
డిన్నగారివెంటవంట దైవదరించు నైభరిన్. 63

మ. అనయంబు న్వినయంబు పండితుల కత్యానందమున్ గూర్పహో
మనగేంద్రప్రతిమానధైర్యుఁడగు రామక్షోణిపాలుండు శా
ఘనదానంబును శాస్త్రము న్గలని యేకమూర్తి మూర్తిధవిం
చినచందంబునఁ దోఁచుఁ జూపఱకు నశ్రీనప్రభాపోన్నతిన్. 64

తే. సిరులున్నత్తముల ధాత్రిఁ జెలగువాని, రెడ్డిపెనవక్షనాథుపుత్రీలలామ
భాగ్యములదీవి రామభూపాలుదేవి, పడఁతులపు నేటిరమణారూఁబోవపూటి. 65

తే. రమణిమాంబికవలన నారామవిభుఁడు, కనియె మఘ్వరుతవచోలగణితనయుల
ఘనునిఁ గోదండరాముని గవిజనాను, నయుల వెంకటరామన్ననాయఁడనుల. 66

వ. అందు. 67

క. కోదండరామజనపతి, వేసంగకర ప్రకాండవిలసన్నిజబా

[illegible]
దండనురీతిమండలమె సొంపరఁ జూతురు కౌతుకంబునన్. 72
శ్రీవాసిరెడ్డినాగ, త్మాజవరుఁ బార్వతమ్మగారికిఁ గుర త్రై
శీవిక దగువెంకాంబను, శ్రీవిభులు నాయుఁడమ్మ చేకొనిరవరల్. 73
సత్యభాషల హరిశ్చంద్రుండు శ్రీరామ, చంద్రుఁ డీశ్వరపాలచంద్రుఁ డొకటి
నవరసోన్నతి రతినాథుండు నిషధపా, నాగుఁ డీధారుణీనాథుఁ డొకటి
కాంతిసాదృశ్యమున కాంతుండు ఘట్టికీ, కాంతుఁ డీమేదినీకాంతుఁ డొకటి
రణరంగమున బలరాముండు జమదగ్ని, రాముఁ డీసుగుణాభిరాముఁ డొకటి
యీవిధంబుండువరదుండు నీతఁ డొకటి, పోలఁగఁ గుండుమురుడీకుఁ డీతఁ డొకటి
త్రిలుఁజెనవి శ్రుతివహించె రామధరణి, పాలువేంకటరామభూపాలమౌళి. 74
తనరాక కెదురుచూచినచాతకమ్ముల దగఁ దీర్చునవపయోధరము మాడ్కిఁ
దనవవాభ్యుదయంబుఁ దగఁగోరుజక్కవ, కవలలాలించుభాస్కరునికరణిఁ
దనవవాధిగమంబు ఠిటె చేమనిచినపం, క్తుఁ బ్రోచుగోరునకంటునివిధమునఁ
దనదుపొంగకత్యమాత్మఁగలంచుకొనుదిని, కామాద మొసఁగు కేదాంకుపరణి
నభ్యుదయమందిసుజయులమానపణిఁ బ్రోచె, రాజధరరాజశౌచలరాజభుజగ
రాజగోపాలకలశాబ్ధిరాజరాజ, రాజపదికీర్తి వెంకటరామమూర్తి. 75
ఆవేంకటరామప్రభు, దేవి విదులకావి విదులదీవి యస్ఫూతఘ్నం
బొవి సిఁజరీవిఁ దంపరక్, వేవిధములవెంగమాంబ విశ్రుతిమీఱన్. 76
ప్రోదిగవాసిరెడ్డికులముక్ గలిమిక్ వెలయింప సత్కృతి
పాదినిపాపమాంబకును భివ్యయశుండగు రాజనాళికిక్
గాదిలిపట్టియై శుభదీరాగమునంద వెంగమాంబకున్
పేదిని పాటిసత్తుగ ఘృణిక్ వానణిక్ దగుడీశిరోమణుల్. 77

స్తోత్రముఁ జైన రాముని రుఁ డోహటిపాహరి శత్రుకోటిపైఁ
గత్తిజతీవదూసిరొసకం శెపఁగఁ జలిపింపనింక్షపై
నుత్తపుఁదావిలో అనికకుట్టుబుటుకున్న విన్నా గంధితక్. 60

చ. ఆహాహా పెరుంగు రామమహీపార్థివ దాసపత్యు ప్రజాళులి
ట్లహారవహమేఱుస్థై పగఁగి దయాళలభూభరవానుసాముఁ
ప్రహాలికటికటాహములఁ బగ్గ్వదుఁ వచ్చుతిక్రులఁ దేవరుఁడ
వ్యహిమము జెన్నమిన్న మహీమండలిఁ గుండలిరా జమాళిక్. 61

క. శ్రీమీఱఁ దల్లిదండ్రులు, నామమిడిరి వేంకటాద్రినాయఁడనుచునా
రామునిఁ కీర్తిపతితమ్మునిఁ, ప్రేమంబాఖ్యాయనుఁడుఁ బిలిచిరిపిడవక్. 62

సీ. ఒకవాసరుఁడు నఘమ్మాఁ బానఁగలేక, పైనాక శైలంబు ప్రగ్గ జలిపి
నాకబ్రహ్మాంచాంకోరికఁ దీర్పఁగాలేక, బలిబిన్నమై పసాళలముఁ జేరి
నాకసరుండె దదాఁక నోర్పుగీసములేక, గిరిజాధినాయుండు క్రిందుబడియె
నాకతోగిగొన్న స్త్రుక్కృతి మించఁదడిలేక, కిలశాబ్దిరాజు భంగములఁ బడియె
తే. జేటిధృతి నేటినికదిగనేటికొగ్య. మేటిగాంభీర్యమునిరాఘాటస్థైర్య
దానశక్తిగఫ్రీరతానఁనాఁ డగును, వరలు వేంకటరాయమహాసద్యశౌరి. 63

క. శ్రీమచ్చిఱరామికకుల, సోమునకు రాపయప్రధానమానకు
గామినియిచగామినిశుభ, గామినినీసాంబజనముఁ గలిమిక్ బలిమిక్. 64

సీ. ఆదిత్యకళ్యారియానిబుధుల్ వినుతింపఁ, బుట్టుభోగములతోఁ బొలుపమీటి
యనుకూలదాంపత్యమును మాలోకులు మెచ్చఁ దనప్రాణనాథునిచిత్తమున మెలఁగి
పరమపావనియంచు బంధువుల్ తోషింప, నిత్యవ్రతాచారనిరతిఁ బూని
భాగ్యశాలినియంచు భామినుల్ గణతింపఁ, గూఁతులఁ గొడుకులఁ గూర్మిఁ గాంచి
తే. కీమకవరాజ్ఞఁ ఎద్దమ్మ ఇకవికరికి, వైభవమ్ముల భాసిల్లు వాణిదండ్రి
రావలింగేంద్రునకును గారాబుపట్టి, వ్యానులనుఁ జనేతికరియంబ మిగుల. 65

ల్పాహాదోహలంబునను, శ్రీవెంకమాంబికాగర్భశుక్తిముక్తాఫలంబునను, బ్రౌఢిమలఁగాంచి పవిత్రుండవైన, భావనచరిత్రుండవు నగు శ్రీ పిఱుమామిళ్ల పాపయ్యప్రభుం డొకనాఁడు పుత్రమిత్రామాత్యబంధుసంతోష పరిపూర్ణుండై నిండోలగంబున సుఖాసీనుండై సరససల్లాపంబులం బ్రొద్దు గడుపుత. ౮౭

వనరామానుజపాదపద్మయుగళీనవ్యాఖ్యవ్యాఖ్యానసా
మవ్యాజ్యాభ్యసనాభిరంజనదశేవాసక్తచిత్తుఁడాతు
త్తనయారాధనచాపలబ్ధకవితాధామాక్షనడారూఢభా
వనుసాహిత్యకవిర్జని శ్రీతునిఁ బిల్వంబంచి పల్కెన్ గృపన్. ౮౮

పాత్రుఁడవై సుశ్రేయస, గోత్రుఁడవై నారసింహగురుపార్యునకున్
బుత్త్రుఁడవై వెలయుదువు, ధాత్రిం గామాపనుపుసేయఁ దగు కృష్ణకవీ! ౮౯

అన్వయయథవ్యాఖ్యానమును, కావ్యరచనముదయుఁ జేయం గాదేబుధసం
ఘాహ్యము విశ్వశ్రేయుః, కావ్యంబనుమాత్ర మార్యఘటితం బగుటన్. ౯౦

ఆదిమయుగంగాక యొక్క విశేషం బొకటెల్లం బవలయు నొక్క నాఁటి హరివాసర ప్రతోపవాసంబున విశ్రాంత దైద యనన్యమజ్జననిచరణారవిందంబులకుం బ్రణమిల్లి కృతాంజలిపుటుండ నై యున్నయన్నం ఓ వత్సా! సంతసంతానంబులయందుఁ గృతిం బుచేయుట విశేషలాభంబని యు మహారాజన్యచరిత్రంబు కళిదోషనాశకంబనియు నాముష్మికఫలప్రదంబనియును పెద్దలు నిర్దేశింతు రట్లుగుటం జేసి యొద్దరనైనయు నొక్క రాజన్యచరిత్రంబు కృతివముఖంబుగా రచియింపంజేసి వేంకటేశ్వరార్పణంబుగా నొసఁ జేయింపంగు నిదిమఁదీప్సితంబని యాదేశించుటయు నయ్యది నియ్యంబునకుం బ్రీతుండనై

గీ. శేషుఁడనిశిఖరి గాఁ బ్రసిద్ధి సుఖించు, రంగ బంగాళ కాంభోజ కళింగ వంగ
గౌళ హూణ పాంచాల నేపాళ మాళవాంధ్ర, కర్ణాటక ముఖ్య దేశముల ప్రభుల. 94

శా. ఆవిర్భూతపు వేలుపుం దొరఁ ప్రసన్నానీకముల్ కొల్వఁగా
శ్రీవైకుంఠపురంబు నెవ్వసి లసద్భృంగారుకంబై యిందిరా
దేవిం దోడ్కొని స్వామి పుష్కరిణికా తీర ప్రదేశంబునన్
భావింపందగు హేమసౌధమున కుంభల్లీలఁ గ్రీడించుచున్. 95

సీ. ఆహ్లాదమునఁ బరమారామ బలారామంబు, మెఱుఁగారు సురమున్నై మెఱుఁగు పూలీన
నహితశ్లోక కథనాసహస్రాంబు, లాలించుచుండఁ దెమ్మెరలఁ గుర
ఘనలతామాలిక నత్యున్నతోత్తరాసంగ, దీప్తిని మొలచి పైఁ దేజరిల్ల
భూరి గైరిక చారు హేరక కోటీరంబు, కౌస్తుభరాగిత్తమాంగమునఁ బసర
గీ. లలితధాతు విచిత్ర శిలావిశేష, శేషగిరి శృంగ శృంగార చిత్ర నిశాంత
బహుళ మణిరాజ రాజిత భద్రపీఠ, సరసగతి వేంకటాచల స్వామి వెలయు. 96

షష్ఠ్యంతములు.

క. ఏకాంగుండగు నాఖ్యాతికిన్, శ్రీవలదివ్యాభిరతికిఁ గల్పితుడ్యాతికిన్
భావభవాకృతికిన్ ద్విజ, రాజ మహాపరిణతికి వేంకటాచలపతికిన్. 97

క. శంకృతికిన్ దితజైత్ర్య, హాంకృతికిన్ మణిగణోజ్జ్వలాభరణాకృతి
లంకృతికిన్ రణజయానక, ఘాంకృతికిన్ మదనసన్నిభ వ్యాకృతికిన్. 98

క. శరపరశరదండంబానమరి, తరగా నిస్తరసరిత్ప్రభావికరసు
త్స్వరహారహారకిరీటధర, చరాచర తిరుచమత్కృతి దేవతికిన్. 99

[illegible]
శకుంతలాదుష్యంతోపాఖ్యానంబు సవిస్తరంబుగా వినవలయుం జెప్పుమనిన నాతండును
భగవద్వ్యాసమేతుండై శౌనకాదిమహామునులకుం జెప్పె నట్లు వైశంపాయనుండు
జనమేజయున కిట్లనియె. 3

కలనర్థిత్ బలగర్వితాహితశకల త్రాహిగ్రహోద్యద్భుజా
గ్గళరాజద్ద్విజరాజగోత్రశిఖర ద్రాజన్యభోజన్యపు
ష్కలసద్వస్తుసమస్తహస్తినగరాఖ్యప్రఖ్యరాజన్వతీ
తిలకంబంగకళింగవంగముఖదిగ్దేశాధిపాశాస్యమై. 4

గురుసైన భారతీగురుసైన సోసించు, విద్వత్ప్రవరులైన విప్రవరులు
హరుసైన దంభోళిధరుసైనఁ దనుకించు, రాజద్భుజాఢ్యులై నరాజసుతులు
ఘనుసైన మనుజనాథునైనఁ దలఁకించు, నార్యాభిజనులైన యార్యజనులు
హరిసైన కంసారిహరిసైన విహసించు, శౌచవిభవులైన పాదభవులు
వేదవిద్యాప్రభాభావితవిశనిగ, పరిణతయశఃప్రసారవిస్ఫారులగుచు
సలుపుచుందురు గ్రవర్ణములధీరు, లాజనంజనధారులా రాజధాని. 5

. నందితనూత్నరత్నకిరణప్రతిభాసిచంద్రచంద్రికా
కందళదిందుకాంతఫలకస్రుతపాండురవారిపూరయుక్
చెందఁగనందమై పరిఖ చెన్నెసఁగున్ నిజసంశ్రాజసం
క్రందములున్న తన్నగరిఁ గాముకుధాజలరాశికైవడిన్ 6

). స్ఫురదాకాశతరంగిణీమధురవారిపూరమ్ములం ద్రాసఁగాఁ
గరిమభ్రమ్మరకోత్తిహాస్తిమహాగంభీరరాశంబరన్

[illegible]
మాతులకోకిలపోతధుగవల్లవవ్రాత, నతలతాసంఘాతవితతచూత
గీ. మానమిళితధంమలకనకాలీవకలరా, కలితకలకలకలదవిహులకులాయ
రంగదుత్తుంగతుంగవారంగరంగ, గులరుచవ్యాగపరిసరోద్యానవనము. 9

సీ. పలుకుకుచ్చైతగబ్బిగుబ్బపాలిండ్లపై, గలుపులీమజవాది మెలఁగి మెలఁగి
యలపోషములవన్ని యలముద్దియలజాది యలరు కయ్యురఁజేరి యలరిఁయలరి
దొంసిపుప్పొడి గ్రమ్మపెనటిలేమ వనంపుఁ, దరులపందిరులపైఁ బ్రాఁకి పారలి
మరుకేళివలనముకోమలికపోలములపైఁ, బుగుఁదుఁ జెమ్మటలతోఁ బొసఁగి పాదగి
గీ. పగపపరిపరకాసారసారసార, పవిసరసరణివరితఃప్రసరణధరిత
పరిణతిపరాగపరిమళపవనడింభ, మీజకలరింధమిందువారాజధాని. 10

ఉ. కుంతలకేరళద్రవిళకోసలసింహళగౌళమాళవా
క్ష్మాంతికరూశఘూర్జరదశార్ణకళింగకరాదిదేశభూ
కాంతకిరీటరత్నఘృణిప్రతిబింబితపాదుఁడైన యు
ద్యంతుఁడు తంత్రితాతలక్రియుఁడు ధృతిఁబ్రవరమేలుఁ ధరుఁడై. 11

సీ. ఏరాజుకీర్తికాభూరినిర్ఘోషంబు, భోగంబుపురఁజేయుఁగుటిలస్పృహల
కేరమ్యగుణశాలిభూరిప్రతాపంబు, తాపంబుగూర్చు సధర్మరతుల
కేమేటిరాజభుజాగ్రకచంద్రహాసంబు, హాసంబుగావించునరనిధార
కేధన్యువితరణసాధుసంకల్పంబు, కల్పంబుగలుగు జెలికాంతిరూపు
గీ. నతఁడు శేషల్యవృత్తుఁడై శ్రీరాష్ట్రవాస, చకితచకితాహితాహితసద్వర్ణపూర్ణ
విశ్వవిశ్వంభరాధురావిధునటంధు, జాగ్రజ్జాగ్రద్వలుండు గుణ్యాంతవిభుఁడు. 12

సీ. కొండవీటివానలుగురిసి పద్మన్యంతు, జగతిమహోదయసస్యములు పండు
గ్రామముల్ ధనధాన్యకటకంబులై యుండు నలిమి నేనుపులు దర్శనిరిపింప

[illegible] సుందరం
బగు నాస్థానమందిరంబునఁ బురోహితవసిష్ఠమంత్రిప్రముఖు లిరుగెలంకులం
బలసి కొలువ సింహాసనాసీనుండై పేరోలగం బుండు నవసరంబున 14

సీ. నెఱసంజకెంజాయ నెరసు లెస్సెడుపల్ల, జడలతో నరుదంపుజడలతోడఁ
దివుట తియ్యనితేనె దివురుప్రామినుడుల, పలుకుతో వజ్రంపుఁజళుకుతోడఁ
బరమభాగవతసంపదమాఱు నూర్ధ్వపుండ్రములతోఁ జక్రచిహ్నములతోడ
మందానిలాఘాతకందళన్మహతీస్వనములతో హరికీర్తనములతోడ
తే. జడిమతులఁ దీర్చు నుత్తమజ్ఞానఘనుఁడు, ధర్మమార్గనిర్ణయతత్పరుండు
లోకసంచారి కాలత్రయీకథావి, శారదుఁడు వచ్చె నచటికి నారదుండు. 15
తే. దేవమునిరాక విని ధరిత్రీకళత్రుఁ, డెదురుచని భక్తిపదముల కెఱఁగి రత్న
చిత్రితవరాసనమున నాసీనుఁ జేసి, యర్ఘ్యపాద్యాదిసత్కార మాచరించి. 16
వ. కుశలప్రశ్నపూర్వకంబుగా బహువిధసంభాషణావచనంబుల నమ్మహాత్మునిచిత్తం బా
రాధించి తదనుమతి నుచితపీఠంబునం గూర్చుండి కొండొకతడవు వజ్జవదారిపలుకు
లకుఁ బ్రహృష్టాంతరంగుండై యమ్మునిపతి ముఖకమలంబునం జూడ్కి నిలిపి సవిన
యంబుగా ని ట్లనియె. 17
ఆ. ఎచటనుండి మీర లిటకు విచ్చేసితి, రేమికతము చెప్పవే మహాత్మ!
మిమ్ముఁ గాంచఁగంటి మీదయాదృష్టిచే, నభిమతార్థలాభ మందఁగంటి. 18
వ. అనిన దరహాసితముఖుండై నారదుం డి ట్లనియె. 19
మ. పురుహూతప్రముఖామరాధిపకళాపూర్ణప్రభాశాలివై
నరనాథుం డుదయించునట్టిఘను సన్మానంబునం జూచి చే

[illegible]

క. కాంచెన్ మృగలాంఛనుఁ డొరు, వంచితసద్గుణుఁ దివ్యబుధుఁ బహావలబిబుధున్
ప్రాంచితరుచిఁ గనుసుతుఁగని, పెంచెఁ బురూరవు బుధుండు ధృతగౌరవుఁడై. 23

చ. ఒసఁగఁ బురూరవుండు దయయుం దను నూర్వశి గాంచె నాయువున్
ధుమఁ దడఁ దాత్మజున్ బసఁగఁ గంటు జయంతు జయింతు సత్యదిక్
గనదను హుంవనూవనుతుఁ గానహుఁ మున్నహానుండు గాంచె నా
య్యన భుజగౌర్యశౌర్యజభిరామలి యయాతిసయాతిలాలసున్. 24

వ. మఱియు నయ్యయాతికిఁ బూరుండును బూరునకు జనమేజయుండును జనమేజయున
కుఁ బ్రాచీశుండును బ్రాచీశునకు సంయాతియు సంయాతికి హసంయాతియు హసం
యాతికి సార్వభౌముండును సార్వభౌమునకు జయత్సేనుండును జయత్సేనునకు నరా
చీనుండును నరాచీనునకు మహాభౌముండును మహాభౌమునకు నయుతానీయుండు
ను నయుతానీయునకుఁ గ్రోధనుండును గ్రోధనునకు దేవాతిథియు దేవాతిథికి ఋచికుండు
ను ఋచికునకు మతివరుండును మతివరునకుఁ ద్రసుండును ద్రసునకు నీలుండును
గలిగిరి యన్నీలునకు రథంతరాదేవివలన నుదయించి సామ్రాజ్యంబు కీర్తిపౌరుషం
బుల కగ్రగణ్యుండుగా వెలయుఁను మహాభాగుండవ ట్లునుటంజేసి 25

సీ. ఒకతాఁ కువలయాధికరంజనంబున, నఖిలలోకములరాజై తనర్చె
నొకతాఁ కళావిద్యాసముద్యమాపాదియై, యలిబోధమున బుధుం డనఁగ నెగడె
నొకతాఁ కభూమిభృన్నికరశాసనమున, నధిపుఁడై ప్రాచీశుఁ డనఁగఁ బరఁగె
నొకతాఁ కదినదిప్రకటదానంబున, మనిసార్వభౌముఁడై మహి రహించె

తే. గోరఁ డొకనికన్న మిన్నలై యున్నతింపఁ, జెంపు దనకు గోత్రఁ బ్రజలను బెనిచి మనిచి
వనులమును లాచరించు దీవ్యలఁ దనరి, రదిగాదానీదు సంప్రదాయము కుమార!. 26

ప్రాయమ్ము [illegible]
తద్గానంబొనేపినం బకంపనీ యుప్పతిమికోడదు వృగియావినోదకావికాయత్త
చిత్తంబై యుండుంబవసంబు నిదాఘంబు వర్ధిల్లుటయు. 29

. భానుఁడను ఘనాన్వర్ధిజవిలొగ్ని నీదురురో, ల్వచరింమ విపరాబ్ధివాదవంబొ
హాడిచిరారవిఁజీయవూర్వోద్యారపసాన, దరసూత్రిదవనివిష్టజ్వలనమొ
ప్రతిమాథవోత్థమై ప్రబలిదిప్కులసేర్చు, నాధిలస్పృహారికోవానలంబొ
ప్రాక్ప్రవిత్నంగరింమభర్తఁజూచి ప్రతీచి, యొలయింపసేఁడినిట్టూర్పుగమియొ
. తెరతెమంబులఁదఱుగని క్రంపిగాఁగఁ, దపనతపనీయమాతపతాపవహ్ని
గ్రాఁచుకాలకకోపప్రతాప్రపంచయమొ, నాఁగఁదగెఁబజ్చిమానిలోగ్రాగమంబు. 30

. లలితుర్వీతలమంబగిల్చి నభిమిల్లాదాపదైయుష్ణులం
గలకీలాలవుజాలు మేలుడిపి తద్గ్రీష్మకాలంపజ్ మహా
బలునవ్యేపవివహ్నిదాశరగముజ్ బ్రార్థించితన్నైత్రిను
జ్జ్వలుఁడై నాఁటినుగోలెనాయుసఘుఁ దజ్ ప్రఖ్యాతిఁగాంచెజ్ ధరన్. 31

. అహాహాలోకములేకొలంగివారుఁ గీలాగ్నిలవాతూలదు
స్సహక్లైతిం ద్రిలనుందుచేపవిక నీళ్ క్రిశివాగికుల
న్వహాముజ్ మూర్ధమునందులేయ్యరిగమవ్యావారిపాత్రంబుజ్
బహుమానింతురు వారిఁదల్పరుయాతాపక్రాంతికొంటెర్థమై. 32

. పగలువి స్తరించిమిగులవేఁడిమినూవు, తపసుఁజోరకపాయతమలసిఁగెఁ
బరవసాధ్వియమయ్యుర్ధభర్తవెక్కా దెసే, తగనితతుపేయాఁదుగదు పతికి. 33

. సూర్యుఁడునిజప్రతాపంబునూపమూర్ధ్న, కాంతములులోఁగనిప్పులుగ్రక్కుచోడఁగ
నిసుఁడుకోపింపఁ బరివారమినుమడించి, కడిమినూవుటగ్నిపేనిక్కుబకాఁడ. 34

ధరణీధరములేప్పుడవిహారివ్యాపారమున, జడలుధూమస్తోమువి స్తరంబౌ
గీ. యోగశయ్యాభిముఖము గానొలయుఁ గాంచి, శ్రీమహావిష్ణుపదముఁ గ్రీడ సేయుటకును
చెవలుని ద్రావఘాటి క్షైవిలసనంబొ, నాఁగ రసమునవధరించు వాహనంబు. 37
క. తళతళ మెఱపెక్కె మేఘము, పెళపెళ నుఱిమెఁ గనత్ఫణంబు బిట్టులవాఁడుం
బలపలగురిసెఁ గొన్నము, జలజలవిలసింద్రగోపజాలము రాలెన్. 38
తే. తపముఁ గనినిష్ఠ కరితపం బునఁ బడసెను, దోల యూఁవన్నావధూటి పయోధరముల
చేయి కరము నిం పెసఁ జేర్పఁబడుమున, నపుడ శోంభించె నచ్చవిమహోత్సవంబు. 39
ఉ. మింఁ జేవళ తత్త్రద్రుమలుపొసి మెఱుంగులపెం త్తరుల్ వెసం
బింపెదిగంతరాళములభీతికృదూర్జితగర్జితస్వనుల్
నింపెఘనవాఘనంబు ధరణీవనంబుఁ భూరివారిఁ
ద్రింపె మయూరవారము పరిస్ఫుటజర్జ్వసమర్హజార్జ్వమై. 40
శా. ఆస్యాయంబున వచ్చి గ్రీష్మబుతురాజక్రాంతిముక్తభోజనో
పశ్యాతాపము జేర్చిరింపఁగని క్రోధమ్మా త్రిక్షేలిప
ద్దమ్యం శత్రురథస్థితిన్ మణిగణచ్ఛాయల్ దలిర్పన్ మహా
జన్యశ్రీమనమూపెనో యన శరాసారంబు పర్జన్యఁ డిడెన్. 41
వ. వెండియుం బుటపాకభాస్వరకార్తస్వరకలధౌతనంబుల తెఱంగున దుఱంగలించు మెఱుంగుల మెఱుంగుల తెంబులును, మెఱుంగులమెఱుత్తప్పులతోడ నుదాత్తమ్ములై మందరమంథానమథనపరిక్షుబ్ధదుగ్ధజలనిధినిర్ఘోషంబులవిధంబున నూర్జితంబు లగుగర్జితంబులును, గర్జితంబులతోడం బరిస్ఫూర్జితంబులై దశముఖసంగ్రామసమయసమ్మిళితసముద్ధామరామకరలాఘవవినిర్గతశరాసారంబులకరణి ఘోరంబు లగుధారాళధారాధిధారాసారంబులును, ధారాసారంబుల ధరాపరాగంబులు దుర్గమంబు లగుకర్దమం

పలుఁకులఁ జేసె కొంకలను వంకలఁ బంకములాఱె భేకికా
హాళహళికంబు లాఱెఁ గలహంసరుతమ్ములు మీఱెఁ గేకినుల్
వలవలఁ బోయె సస్యము నవీనరుచిం దనరాఱె నత్తఱిన్. 44

అరయ వితీర్ణిచే ఘనత నంది పయోదము భూమిఘోషవి
స్ఫురిత సపంకజీవన మొసంగ జనంబులకేటిధర్మ ము
న్యాగనిఁక వారికల్మషము వాఁ పెడనంచు రహించెనో యనన్
శరదృతువొప్పె నా ప్రావయసమ్మద నిర్మలవారిపూరమై. 45

ఇత్తెఱంగున దుఃఖలఁగలించి శరద్వ్యాసంబు భాసురం బగుటయు నారదమహాముని వాక్యంబులం బుట్టినయాగ్రహావేశంబున దేశంబులయోగక్షేమంబులఁ దేఁబనిచిన చారు లాదుష్యంతునకుం బొడగాంచి జయజయశబ్దపూర్వకంబుగా మ్రొక్కి మహారాజశిఖామణీ! దేవరయానతి నలుదెసల యోగక్షేమంబు లరసివచ్చితి మమ్మహామునివాక్యంబుల వ్రాతంబగునే కరి కిరి తరక్షు హర్యక్ష ప్రముఖంబు లగుసత్త్వంబుల గిరితరంగిణీతటోద్దేశంబులు దుష్ప్రవేశంబు లై యున్నయవి నయాచరణపరిణతసత్త్వవితరణంబున నార్తులకు శరణంబ వగుము. 46

లలదురుకాశచామరవిలాసము పాండురపంకజాతప
త్రిలసనముం బొనర్చుచు శరద్రమణీమణితోడు నీడగా
వెలువడి వెంటనంటి యాటవికవీథుల సత్త్వకోటులన్
నిలకొననీక త్రుంపఁ దగు నిలమనాగ సుమారవిక్రమా. 47

అనిచారులు వినిపించిన, విని వారలఁ గనివాసించి విభుఁ డిట్లనియెన్
ఘనధాటిన్ వనవాటిన్, గొనగొనక సత్త్వకోటిఁ గ్రుమ్మెద నిమ్మెన్. 48

[illegible]
దానంబుల బ్రాహ్మణులం దనిపి భక్ష్యభోజ్యంబులం దృప్తుండై తనుత్రాణశిరస్త్రాణం
బులు దాల్చి సన్నద్ధుండై భూసురాశీర్వచనపూర్వకంబుగా శుద్ధాంతంబు వెలువడి
కక్ష్యాంతరంబులు గడచి యేనుంగుమొగసాలకుఁ జేరంజనునవసరంబున. 54

మెఱుఁగువజ్రములఁ బన్నినకమ్ములకుఁగాఁ, గలకలధౌతచక్రములతోడఁ
బచ్చరామొసఁగి వాపవడంపునొగలపై, [illegible]జలపోతయుగముతోడఁ
బసిఁడిపట్టెపుబోద పద్మరాగముల చ,ప్పరము చెక్కడపుఁగంబములతోడఁ
నీలంపుటిరుసు టంకణనమర్పఁ దలిర్పు, కెంపురాములపుఁ [illegible]తోడఁ
గొసలజగజంపుముత్యాలగొడుగుతోడ, నిగనిగల్పువ్యాళఘంటికలతోడఁ
జతురపల్లవపల్లవకవ్రములతోడ, సారమగు తేరుపాగళి చేరఁ దెచ్చె. 55

ఇవ్విధంబున సారథి తేరాయితంబు చేసి తెచ్చిన. 56

వలగొని ప్రేమ్రొక్కి చెంత నతురనై భూరి జారధతల్లజంబుపై
నిలతొని రా భరాపతికి చెయ్యి మెలర్పనివాళులిచ్చు మక్
జెలువము మీఱఁ బ్రోవ్విదల [illegible] భామినుల్ నిర
ర్గళజయభేరికాపటహకాహళముల్ మొరయం జెలంగొనన్. 57

ఇట్లు మదద్విరదరథతురగపత్తినికనికరదుర్గం బగు రాజమార్గంబున మందగమనంబున
బురందరవిభవంబునం జనిచని పురంబు నిర్గమించి. 58

పరిఘంబునుండి కాముపలపట్టిసకుంతకపాలికాలను
ద్గరకరవాలతోమరగదాశరసాయక[illegible]ధారుడై
పరిగొని యుగ్రభాగమునఁ బార్వతి[illegible] [illegible]
[illegible] రథస్థుఁడై కుసుమశాలివనాళి వయాళి వెల్వడెన్. 59

పండుగలయం బొందువృక్షంబులివలంబునుఁ బెంపగులఁ జెందిచెలువొందువిరులందుగా
గంధశోభనమందమకరందరసమందికొనియుంగుసుమసుందరులకుంగనుపుమంచా
రుండవనివెందవములఁ జివముసంగితిరుగయందనుమిళిందములబృందముల క్రందుల్. 72

ఉ. సుస్మితకప్రకాశ మ్మిగలపుందులకించి వసంతవేళలన్
గొప్పలు కానవాంతనికుంజములన్ జెలువారనొంటి మైఁ
బమ్మిన కీర్తిచే సిరియుపల్లవకోటులదూర నేలకో
కొమ్మరికూడి క్రొవ్వలపుఁ గూర్చుబికీమధుపస్వనామముల్. 73

ఉ. శ్రీలఁదలిర్చు మాధవుఁడు పెంపెసలారఁగ వేళభూమిరు
ట్జాతులకెల్ల వందు నొకజాతివహింపక యున్కిఁ జూచి త
జ్జాతినహింపనిద్దురమిటంచునుఁ గన్గొనదోషమాఘవుం
డాతిలఁగట్లకున్ భువిరసాప్రీతుల నగుబింతుచేవ్పవుల్. 74

వ. ఆసమయంబున. 75

ఉ. మోదమెలర్చెఁ బస్తుతుల ముగ్గుల పై సొంపైనకెంగ్గలన్
శేదఁగిళ్ళాలకొకొక్కములఁ గెంపకిరాకులతోరణంబులన్
క్రొందివహించుపక్వఫలపుంజములన్ శుకకోకిలాళిస
న్మాగములన్ని కుంజభవనంబులు లీలన్వపాలనూతికిన్. 76

వ. ఇట్లు వసంతసమయసముచితకిసలయకుసుమవిసరసరససాలప్రముఖపాలచిరంబులగు నుద్యానంబులం జూచుచుం జనునమ్మహాగజతురగరథవేగంబునకుఁ గాక సీరుపట్టునం
బోయిపోయి కైనిక లంతనంత నిలిచినం జనిచని. 77

మ. అటఁ గాంచెన్ నరలోకవర్యుఁడు సమగ్రైశ్వర్యుఁడై మాలినీ
తటభూమింబరసానసాప్రసరళద్రాక్షాప్లికాశాల్మలీ

క. [illegible]
మౌనీశ్వరుఁడొక్కరుఁడే, క్ష్మాకాంతాశ్రమముగాఁగ కైకొనఁబోలెన్ 82

సీ. శాపపార్శ్వకకరప్రాపితాహారంబు రుచిచూచుగంధసింధురయండజము
గండభేరుండముల్ కండూతి తమకుఁజేయ, జలగూడి క్రీడించుశరభవితతి
శరభదంగముల విస్ఫురదూరువుల మేలు, లాని నిద్రించుపంచాననములు
పంచాననములతోఁ బరిచయంబులు చేసి, భీఁగుమీఁది విహరించుభద్రకరులు

తే. భద్రకరికరశీకరప్రబలసేక, పరళకవస్వరకవళికాతరులరేడఁ
బారలుదూర్వాలయములమీఁద నొరయుచెలుఁగ, లద్భుతక్రమమైన యీయాశ్రమమున.

సీ. వేదాంతవాగర్థవివరణంబొకచోట, నొకచోటఁ బన్యత్యన్న్యాయారనివహ
మధ్వరక్రమసముద్యమఘోషమొకచోట, నొకచోట మత్తాలినికరగీత
మభ్యాగతబ్రాహ్మణార్చనం బొకక్రేవ, నొకక్రేవఁ గారావతికలరావ
మతిథ్యారనియమసంయమియోగ మొకపజ్జ, నొకపజ్జ శారికాధికవిలాస

తే. మఖిలతంత్రస్వతంత్రసంఖ్యావదగ్ర, గణ్యపుణ్యకథాసుధాకలన మొకట
నొకటవనకుంజ పంజరశుకమ్మునూక్తి, శాంతశృంగారములవేడ్కఁ జలువునిండు. 84

క. ఈయాశ్రమతిలకమునకు, నేయాశ్రమ మైన ధరణిసీదనఁదగునే
పాయకతపమీరౌనినను, వాయుండై సేయుచున్న యాతఁడెవ్వరొకో. 85

క. ఆమునిసుత్రాముని వఖి, రాముని సేవింపవలయు రాజల్లతికా
ధామమ్మునఁబేర్చిమమ్మున, సేమమ్మునిలువుగూరులు సేవలుదేరన్. 86

క. అనుచుం జనుచుండె జనుచుఁ, మునిచంద్రునిఁ జూడఁ గోరి మునమెనసోదవన్
దినపాధకతేజుఁడగున, జ్జననాథుఁడు తేరుడిగ్గి సత్వరుఁడగుచున్. 87

వ. ఇవ్విధంబున నన్నరపతి రథావతరణంబు సేసి విశాలరమణీయం బగులతామండపంబున రథంబు నిలుపునట్లుగా సారథిం బనిచి వినయంబుగా నాశ్రమాభిముఖుండై నడచె నని విని కుతూహలాయత్తచిత్తుండై జనమేజయుండు తరువాతిచరితం బడుగుటయు. 88

ఉ. సనకసనందనాదిమునిసన్నుతపావన! వరదవిశోక! కాం
చనమయవాస! శత్రుజననాశన! దాసనమస్క్రియాప్రియా!
మునిమానసేత్ర! పత్రిరథపత్ర! పవిత్రచరిత్ర! సామగా
యనఘనశేషశైలనిలయా! నిలయాదివిశేషభూషణా. 89

పంచచామరము. పురాణయోగిభోగభాగ! పుణ్యగణ్యకీర్తనా!
విరించిసంచితప్రపంచవిశ్రుతాత్మకీర్తనా!
స్మరారిముఖ్యసన్నుతాంగ! సత్త్వమస్తమూలకర్తనా!
దిగంబరద్విశేషశేష! శేషశైలవర్తనా. 90

గద్య. ఇది శ్రీమత్కౌసల్యానందన ప్రసాదసమాసాదితకవితావిచిత్ర మైత్రేయసగోత్ర నృసింహార్యపుత్ర కృష్ణకవిప్రణీతం బైన శకుంతలాపరిణయం బను మహాప్రబంధంబునందు ఇష్టదేవతాప్రార్థనంబును, కృతిపతిగుణకథనంబును, గ్రంథావతరణంబును, దుష్యంతనారదసంవాదంబును, ఋతువర్ణనంబును, దుష్యంతమృగయావినోదనంబును మొదలగు విశేషంబులం గలిగిన ప్రథమాశ్వాసము.

ద్వీకరవరపర్యంక ! గు
ణాకరమణివలయ ! వేంకటాచలనిలయా. 1

వ. దేవా! వైశంపాయనుండు జనమేజయున కిట్లనియె నట్లు దుష్యంతుం డయ్యాశ్రమంబుఁ బ్రవేశించి యందలి మునికుమారులవలన నా కణ్వాశ్రమంబని యెఱింగి నమ్మహాత్ముండు తీర్థయాత్రాచరణంబునకు వెడలె నని యును విని విఫలమనోరథుం డయ్యును సాంగికంబు లగు శుభసూచకంబుల నిరీక్షించి మది వధూజనసల్లాపంబు లాలించి యవ్విశేషం బన్వేషింపం దలంచి 2

శా. ప్రాంచద్బాలరసాలమూలమున శుంభల్లీల నాసీనుఁడై
కాంచెన్ బార్థివమౌళి పూఁబొదలయిక్కం బక్వబింబాధరం
గించిత్కుంచితకుంతలన్ మణినిభాంగిన్ జక్రవాకస్తనిన్
జంచద్భ్రూయుగమధ్యవల్లనిశాచంద్రాలికం బాలికన్. 3

తే. కాంచి మనసవికాసంబు గౌరవంబు, సాదరాలోకనము సంశయంబు మఱలు
విస్మయంబును రాగంబు వెలుఁగఁ దోఁప, భావశబలాంతరంగుఁడై పార్థివుండు. 4

వ. ఇట్లు కనత్కనకరంభాసుభగంభావుకకదంబకదంబకమధ్యంబున బ్రాక్తనసుకృతరింఛో ళికాబంధురమధురసాస్వాదమేదురమధుకరనికరఝంకారసంకులం బగు లవలీకాయమానం బు చేరువం గుసుమితలతావలంబనంబునం గనదనవద్యనవ్యహాసముఖిం గాంచి యనన్య కన్యాసామాన్యం బగు నక్కన్యకామణిలావణ్యంబునకు నాశ్చర్యంబు నొందుచు. 5

క. శరణాగతభరణరత, కరుణావరుణాలయుండు కమనీయసుధా
కిరణాన్వవాయమణి య, య్యరుణాధరఁ జూచి సందిహానుం డగుచున్. 6

ఉ. [illegible] నా
కానలయూరు వాదిగువుగబ్బిజగానమునుబ్బులాగళం
బ్రాణసాఁగేలువాపెసవి యూకనుదోయి బెణంగులాఘసల్
గానజగంబునం గలవతంటి నొకగ్గుణుగంటి విదొఖ్యపన్. 10

మ. తలిరుంబోఁడినిశింబబింబవిలసద్ధమ్మిల్లబంధంబుతో
బలభిన్నీలము పోలి పూరిఁ గఱచుకా ప్రాకోధర శ్రేణిప
ర్వ్యాలఁ బాఱుచో గుమురై మసశ్రీమనవముల్ నిత్తిమ్మలం జేరు ని
ష్ఠుబలింధమ్ములజాఱునంగతమసంబుల్ బల్గడాల్ దూకొఁకుచున్. 11

ఉ. ముందుపసిండితమ్మిబలు మొగ్గల మొగ్గర మాదరించుచో
ల్పొండెకు మేల్పు గుబ్బలవిలీరుని జీరు వధఃకరింపఁగాఁ
గ్రొందళిరాకుబాకుదొరకుం దొరకిందు ధనంబు జెల్లనే!
చందనగంధిచన్నుఁగవ చంద్రుఁడో యింద్రుఁడో యూయుపేంద్రుఁడో. 12

మ. నృపనిదాపీవకటీరసైకతతటీసుప్త క్షమాభిసరా
పరమధ్యంబున రోమరాజి యనుశైవల్ బద్ధనాకొంతరో
త్కరమందోఁచివళీతరంగముల నాఁగంగు ల్లల శ్రీపరా
ధరముల్ గ్రొవ్విరిలీలఁబోనాళులవంసంబుల్పురుల్ గైకొనున్. 13

తే. కెంపురాఁలోడిశలిరుఁబొయుంపుగుణము, పద్మపదంపునిగనిగల్ భాగనిచుతిఁ
గూర్చి యామృతంబు వదనిడి ఘుటికఁజేసెఁ, గాక విధియింత యొప్పునే కళికమోవి.

సీ. కలశి మార్ధ్వాగరాంగవిధానమున ధాతి, కిరయంత్రణంబులఁ గ్రాగనొప్పు
వంతకంతకు వింతలైనగుబ్బలు విజ్జ, పీఁగి పైఁ బడు నంచు బాఁగనొప్పు
ఘూఖభారము ఖున స్తనధురం బని మొనఁ, బ్రోయమధ్య స్తమై తోలఁగనొప్పు
గుదుకళిత్రంబులఁ గూడిపరితాప, మెచ కిగ్గలైన వహింపనొప్పు

అని యివ్విధంబున. 18

నీలనృపాలనాతిరమణీమణి సన్నుత సన్నవేచి దృ
గ్జాలము బాలఫాలఫలకస్థులఁ జెక్కులగుబ్బచన్నులన్
కెంజడ్డ్వపట్టు బొమలఁగోల్లన మైఁగని మైనయందమున్
మెలిధనంబు రాజానను మెచ్చఁగ మూర్ఛిలినించె నిప్పుడిట్. 19

, బాలికమోముచందురునిపై మధురంబగుమోవిజొంటిపై
నోలిఘన స్తన స్తబకయుగ్మముపైనను గోలుఁదన్విపై
మాలిగపోలపాలికలవందియు గుజ్జజవాదిపైనిపై
పాలురివీక్షణభ్రమరపఙ్క్తులు గంతులిడున్ కెలంకులన్. 20

ఇత్తెఱంగున చక్కన్యకావపురుపరిసరదాహోదవ్యతికరంబు గుణేక్షణమధుకరంబుల
మరలింపఁ జాలక భూపాలతిలకుండు సంకోచడోలాయత్తం బయ్యెనం జిత్తంబిగు
త్తంత్రం గొత్తమదులునం గెరలుచు నాత్మగతంబున. 21

. వరురాజుఁ బధ్యమనిలోఁ, బదురాడనపత్యమును మ సదమదమయ్యెన్
మదిరాసన పెళమైనా, మదిరాసనవళ మమదలుమారలుపనిండెన్. 22

. అకటకటా! మదీయహృదయంబునయంబునయంబునం
చకచకలం బ్రాబమునసంధిలు కణ్వమునీంద్రుపట్టిపైఁ
బ్రకటకరానురాగమునఁ బాయకయుండుట చిత్రమయ్యెఁ గౌ
శికమున నిందుపంక్తులు దుష్టవిచేష్టితముల్ ఘటింతురే. 23

ఉ. అనిధాత్రీవిభుఁ డంతఁగొంతవడి చింతాక్రాంతుఁడై క్రమ్మఱం
దనచిత్తమ్మున నిశ్చయించి నిటలుతేఁ గొర్కంటగాంచెలక్
కల్పనిలోకమ్మున సూర్ధ్వరేతుఁడగు విందుంగాదె యుక్తి బరా
యనమ్మూండిబెల నిల్లుగాంచెఁ గలదే యాకాశచిత్రంబులన్. 24

[illegible]

చిరరోలంబులఁ గన్నిగన్నెరుపొదం కేరకాయద్భుచాప్రకటిన్. 28

క. చేయఁ జేరినవారిం, గారవమునఁ గౌరవుండు గనుఁగొనియుండెన్
పారవశ్యముఖివారించెనుఁడు, తొలకమైనయన్నపన్న దలకొనుచునికిన్. 29

వ. కుసుమఫలభరావనమ్రప్రతతతరుతరుకదమ్మల నలంగొలంకులం గలయంజూచుచు. 30

సీ. సరసులఁగలఁచుచుంచలమిందువదనడి, కర్ణధ్వనఁగనోపి మలవరించుఁ
గన్నెమావులకొమల్ గముమకోకిలముల, పయవంపుఁగలరవాళ్ళటించెడు
ఫలభంగములసేయుశుకపికబిల్వలనోటి, పమసఁ వనంబునఁబలికి యాన్పు
కుమరసమల్లను జాఖలాడెసుతేంట్ల, లలిబి త్తరపుఁజూడ్కి నిలువరించు
తే. యానమునఁ బ్రౌఢగాన విద్యానిధి, పలుకులసొబంగు వాలుఁగన్నులబెడంగు
తిరిఁదనరాకనఁ దీవతెలుధనంబు, జాత్రివనవాటి మెలఁగుచు నవ్వధూటి. 31

వ. వెండియు. 32

చ. జిలిబిలికొక్కులార్పుముఖబిక్కునముక్కునఁ బత్త్రదాడిమీ
ఫలములగళంబునొక్కునొక్కబాలశుకంబు రకంబుఁ జూచి వా
బలినిచయంబుచుక్ విరులబంతి నిలంతుక దాని సేసుకు
త్తలముననదప్పిదారియదిరాఁగెన్నపాలుని పెన్నగంబునన్ 33

క. దూరవుఁజూడ్కులనుద్విగ్ను, లూరెడు పెడ విరులబంతి యురమునసోఁకన్
జారుముఖిపై చెంతిగని, నారుఁజుధృతిఁ గనఁజెప్పపతి మతిఁ దామఱచెన్. 34

తే. పొందివిధాసుంటరోయుఁగక పొలఁతిపై చేఁ, జమిజెవిరబంతి చిలుకతుఁదప్పితన్ను
విధికృతంబైనయట్టియవ్వేదంబు, కనికరించటు దెలియఁ దన్నుఁబనిభుఁడు. 35

తే. ఆత్మనత్స్వస్వభూతాని యనువిధము, దామరులుకొన్న వాఁడయి తిరుణితన్ను

[illegible]
ధీరగమనక్రమంబుఁ గడతేర్చుట కిచ్చట విక్రమించితే
గలికివిటారి! యిట్లు నను గాంచుక తాడితుఁ జేయఁబోలునే. 40

చ. చందురుదంతిదంతిములఁ దాఁకినకొర్వ్చిన పెన్నురంబుతో
బంధిగఁ గల్పునీ యతని బాహుబలంబున కగ్గమైపరి
క్రాంతుఁడ నైతి నిందుకులసంజనితుం డను కోపవృందము
స్వాంతుఁడ కుంతలక్షితిపసారమణీ! రమణీశిరోమణీ! 41

క. ఓచెలి! యోసతిశిరసవ, ర్యాచరణార్థుఁడ పటంబు వాకస్మికమా
రాదనఁ బలుకుపలుకుల, కాచిలుకలకొలికి యులుకు నలుకుఁ దెలుకున్. 42

వ. ఇట్లా భూపాలుండు సాభిప్రాయంబుగాఁ బలుకుటయు లజ్జాభయపరాధీనరతయగు నమ్ముగ్ధ మధురగంభీరంబు లగు వాక్శ్రీకమహీపాలాలాపంబుల కులికిపడి చకితకురంగశాబంబుకరణిం గ్రొల్లలు కుచేడిపరిపాలకరణిం త్రేతఁగ ప్రభాజాలంబులు నలుఁగ కలం గడలుకొనఁ గొండొక పరిభ్రమించి పయోధరయుగ్యంబు పెనఁగి మెఱుంగుఁదీగియ తెఱంగునం జొదలుమఱుంగు కొలువడి యున్నరసాఘం దాసీనుం డైయున్న యన్నవసహకారభూరుహంబు చేరువకుం జని. 43

ఉ. కోరికలారఁగన్గొని యెలుఁగుంకుమబొమ్మపసిండిచాయలం
గేరెడుమేనివాని శశిఁ గేరెడువక్త్రమువాని వెన్నెలం
గేరెడునవ్వువానిహరిఁ గేరెడుమధ్యమువాని మన్మథుం
గేరెడుకీర్తివానిరవిఁ గేరెడు తేజమువాని నవ్విభున్. 44

సీ. చిగురాకుజిగి కాపుచేయుచుంఘ్రులవాని, రంభోరుగుంభోరుగచువాని
సురవాన్న నొరగొన్నసాభఁగుపాక్కులివాని, మృగలోకమ్యముగమగ్య మెసగువాని

జాలము క్రొన్నవాఱఁగఁగ సుదక్షిణయింపు చలింపఁజేయ్యఁ చుఙ్
పోలుచుసాశకన్నగలిమాదుమఁ జేగరిసుంజగేహముఙ్. 47

వ. ఇట్లు పేరలుంగునం జెదిరిరమదనకలహంసకారిణీకామనీయకంబున నప్పుత్తఱా ని
తోరంబగు కరవిహింపుటీరం బోలమాసగొని. 48

ఉ. పూచినకప్పురంపుఁటిబోదెరుఅంగునఁ జేరియున్న తా
నై చిరబంకిపోనతినివత్సముగందుట కొత్త విన్నని
యా చెలిరావఁ జూచెలఁపునందమచందము తొంగితొంగితాఁ
జూదుఁదలంగు వెండిమయు జూదుఁదలంగు మొఱుంగుచాడ్పునన్. 49

వ. ఇవ్విధంబునం జూచుచు నాత్మగతంబున. 50

సీ. వనవశీతాంశుబింబ ప్రతిచ్ఛవసుధా, విలసరంబుపహించుపేరిశగవు
స్ఫురదంతరమరాగపూరస్ఫుటోద్గార, గరియంబుఁగనుదీని కావిమోవి
కాయకాంచనకటస్కంధబంధురశాఖి, కాహాపములు వీనిభువభుజములు
నయనపద్మపలాశనాళటన్మధుకర, నికరాంచితముదీనిచికిలి చూడ్కి

తే. యహాహ! విధుకులకలశవారాకరమున, నవయశస్ఫూర్తిమూర్తిపతరించి
కాలికామానవహరుఁడై సపంచశరుఁడొ, కాక కేవలుఁడేయిగు దాకనుండు. 51

ఉ. అనగుమోముమోము గదియందులకించుఁగదా యథాసుఖం
బానవమోవి మోవి గదియందిలకించుఁగదా ప్రతిక్షణం
బానను మేను మేను గదియంబులకించుఁగదా యహర్నిశం
బివగనాథునాథునిఁగ జేయుదుదాప్యరసోఁజనోనుహీన్. 52

ఉ. ఈసుమకోమలాపయవుఁడీసుభదర్శనుఁడీసునర్చనుం
డీసులలాటుఁడీసులఘుఁడీసుగుణాకరుఁడీసుధాధరుం

[illegible]
నవలె త్తక్ నవ సాధదర్శనవానందంబునంబాశృతిక్
గని యుష్మద్గుణగుమ్ము మన్మథబలాత్యాకృష్టలన్మూర్తిమై. 57

ఉ. తూఁగొనిముందిదరంపఱుమగుస్పహారాగభరంబుడింబునన్
జేకొని త్రస్తగండిగుచు సిగ్గునముంగలికిన్ బిటెంచికిన్
బోకవరాకడల్ బళమువోఁక మన్మథుఁ డానవెట్టిన
ట్లాకలకంఠి నిల్చెనచలాకృతిఁ జిత్తరుబొమ్మకైవడిన్. 58

వ. ఇట్లు కొండొకతడవు నిర్వ్యాజవాటున సిగ్గునుం దోఁపక నిలిచి యంతంగొంత విశే
కించుకొని యుత్తరంబునకు మాఱుపలుకక యవాగణించి మరలుట కర్జంబుగాదని
యూహించి యకాన్తంతోలామంబు సంతాపంతురితం బగునిజస్వాంతంబు
దిక్కుఁబట్టి పాదలవాఱుదగుర నిలిచి మధురాక్షరంబుగా నిట్లనియె. 59

క. సాధ్యశ్రాముఁడనుచుఁ జంద్రాన్వయోత్తముఁ, డనుదు హిమాంశుఁడను మధీశుఁ
డనుచు నొహారుఁడనుదు నభ్యాగతుఁడ వచ్చి, మిము గనింపమిందు మీరెఱుంగ. 60

ఉ. భూరితర ప్రతాపమున భూతలయంబున గుప్తపత్న్యసం
హారమునేయుమాకు గరుణాప్రమువాసులఁ బ్రోచిగాన్పకే
వారతిమీఁగలింగుఁబడసచ్చుట వాసుదిరించిమాపతా
గిరప్రిపిన్నపుండుపదయుకిం బ్రవహించుట నూర్వపాక్రణీ!. 61

ఉ. చేసితిమీకవజ్ఞ నృపసింహము! సైరణ నేతు రేనిమీ
చేసినయాజ్ఞలో మెలఁగి చిత్తమువానవటుకా బ్రసన్నతీ
మోసముఖంబుగాఁ గడచి చయ్యనరాఁ బనుఁ బర్ణశాలకున్
వాసకు లేదుగూడి భవనంబున నిచ్చెద మర్ఘ్యపాద్యముల్. 62

[illegible]
మూడవం బొవరింపుటయుఁ గనిగి యూర్ణ్చ యతి యుల్లాసుట వారదవాక్యంబు సమూహా
డెంగా కేమి వచఛిస్రా యమూడంబున నిశ్చలికం గరఁగింది మనోరథంబు సఫ
లంబుగా నిలకొనందగునని యమ్మహీకాంతుండు సాంత్వరసస్వరంబున నమ్ముగంటితో
ని ట్లనియె. 66

క. ఇవ్వులనవ్వులఁ బువ్వుల, క్రొవ్వలపులఁ బొసలిపాదలి గొనకేటికిని
నెవ్వనిజవ్వనివివ్వగి, దవ్వసిపోఁ అడఁబ మెలఁగదవు చేలు బళ్!. 67

క. వాలాయంబు గీరొంత, వాలోలం బయ్యోవ్యాదయ మలిపుల వేణీ!
హేలారతులంగొఁగిటి, చేలిడదొ కాకమరుని కెర చేసెదవో. 68

సీ. జలజాత్మీతనుక్రియావారిపూరమ్ము, వాదోగ్రవకమ్ముగాఁ బరిగమింతు
ధక్రేధగమన ! నీ ప్రరుదాశ్రుగాఞాల, మగ్ఘ్రబో యమ్ముగా ననఘరింతుఁ
నళికి ! నీకడంటి యుదవెంపురేఁజాడ్చు, ఒలయలపోనగా నంపగింతు
నభి ! నీయధరామృతాస్వాదంబు, పరసంపుదిందుగా సమ్మతింతు
గీ. బంధురవసావకుశ్యాంరిభటికుంవత, వాని తా యూపనిళ్వాసమారుతమ్ము
హితజలార్ద్రానిలమ్ము కానిచ్చగింతుఁ, గనికరమ్ము బంగారు గనికరమ్ము 69

సీ. పదునపల్వాలచీనపరిధాన మెట్లోర్చు ?, నీ మేను వవరీతకోనుబంబు
మృగనానవకళిభాబిశర మెట్లు సహించె ?, నీయంఘ్రులభినవనీరజములు
బాలపాదపసేకపాత్ర మెట్లు వహించె ?, నీ కేలుపల్లవ శ్రీకరంబు
త్రసవకేణుకరాకళపన మెట్లు దరించె ?, నీ మోముదర్పణనిర్మలంబు
గీ. శీతలజలావగాహమున్నే పాటుపర, కందమూలఫలాశాదికదశకంబు
వేయుటకు నెట్లు దనళ ? శచీవిలాస, మెన్నరోరఁకొన్న నీవి న్నె యిప్పుడుబోలె!. 70

తే. పట్టపగలె నిన్ను బట్టి పట్టి బులుబు, గొట్టుకట్టు నిలుకట్టి పట్టి త్రిప్పి
పుట్టుకకు మున్న లేమి నిల్వ గట్టి, చెట్టుపట్టుట కొఱకుండు పుట్టి గాదె. 74

శా. నాకున్ శ్లేష్మకుఁ జెలంగ నిపి నానం జెట్టు గా వింటరా!
లోకుల్ మెచ్చరు మిమ్ము మానిని దయాలోలాత్మ సుందంబును
శ్లోకం బై తను తాల కల్పవృత్తుం డున్నాళ్ మెచ్చు నిచ్చాళ్ వరాళ్
మీకున్ స్నాతకరోరుహాసనుఁడు ఎల్లిం గూర్చెఁ బ్లైన గోళ్. 75

తే. అకట! గజమిత్రమును సామ్య సాన్న మేని, సుడుకు జాతి చరుచ్చ మై గుండు జెల్లు!
తారతమ్యంబు భావింప దితరతమంబు, కేలు గొమ్ము కరుణ వత్సే లకొమ్ము. 76

వ. ఇవ్విధంబున. 77

తే. అధిపుఁ డాలించి యాలించి యభిరుచింప, రమణి మందాతమందాత్మరంబు గాఁగ
మెలక పలుకుల నమృతంబుఁ జిలికి చిలికి, వకిలి వకిలాంగ యష్టి యై సంభ్రమించి. 78

క. ఈ త్తపము బ్రగుర్ల త్తర ము త్తనము గని టొలపడి యుత్తమాపై
ని త్తక చిలివరదేవరా, యు త్తరజె త్తి మువ మె త్తపగు మరాఁగ మున్. 79

వ. అయ్యవసరంబున. 80

మ. కలకంఠీ! వరవర్ణినీ! యువవతీ! గంధేభకుంభ స్తనీ!
జలజాక్షీ! మృదుభాషిణీ! శశిముఖీ! శాతోదరీ! సుందరీ!
యళికేశీ! రమణీమణీ! కలికీ! తన్వంగీ! మనోహారిణీ!
లలనా! మెచ్చులనొంటి నుంటి విని గోలం జేరి రాజీవుల్. 81

వ. తదనంతరంబ. 82

శా. కించిదుపజ్ఞ సాత్త్వికబలకించిత దానవ చిహ్నాయుల్ విలో
కించిత దీక్షణాంబు పరికించి తదంతరుదంత మున్విత

విశ్వసిత్తరి యిచ్చటి కేమి కతంబు! నతండిగి నంటే!. 85
వ. అనిన నక్కన్యారత్నంబు కొండొకవడి చింతించి కించిదంచిత లజ్జాపరతంత్ర హృదయ యగుచు గా
క్రీడాంపవతో నిట్లనియె. 86
ఆ. మేలు దెలిపికొంటివా శిరోమణి!, పింకశేనిదయావు లింతిగలద
చెలియ తెలియనిమునిభ్రాంతి దొబ్బల్లెబు, నీలుగలతెలుసు జేయపలుకు 87
మ. లలనా! భూపాలపాసగుండొరుడం కళాహాళికా మాళికా
కలనాభ్రిన్నలప్రత్యక్రియ ప్రకరిదంగన్నలంగదం గాంగనా
కలనా దాప్పుతపీధికాపలనా గ్రచ్చిత్తిచ గ్రౌంగుగ్గై
యలనాళికి కవుండునుంబ జేయ బ్రహ్మా దా పాది యయ్యెక్రారథిన్. 88
క. పేరనగుప్పులుం డెలు, నై దనపాంధనబలా గ్రగణ్యుండటక
జ్యారాధనకుతుకమునిం, దాగనవిద్వేరటు నేలితా. గ్రమునునకున్. 89
తే. అతని మెడనొక్కయుపరాధమాచరించి, చింతయుడుగును జానశ్ చిపురుచోంటి!
చేతివిరిబంతి గూడా యుడంకచేయు, గట్టిపాయా రాజావక్కంబు దాచి కనడిదియు 90
వ. అనినం గ్రియంవద భయంబొదవ నప్పుడవదం బూచి. 91
మ. లలనా! మన్వ భుజన్వనంబు తలేలిశాలత్వంబు తత్త్వంబుగా
నిలుపం దొద్దు హుం జేన్నిక క్రమము దానిం దానిక్షాంచినం
బలుగాలిల్ బలుగాకుపేయుచునను సొమ్మం జెప్ప నిట్లొప్పుముల్
సలపంబోలు స! రాజరాజతండు మేలుక్కై తె! హేలావతీ!. 92
తే. తాతితక్కప్పుడు జయసున్నదయదే! గీమ, జేయు వినునంత నువ్వం తుడిటపవగ్గు
నన్ను త్రిమిత్ముని బోధింపనతిని పెంప్పు, తెలియదంటే! తల్లి! హేలావతి మతల్లి!. 93
వ. అనుగుశమంతిలోన్ విసులపాడి ప్రియంవదరాజ్ఞాలిక జా
జనితగర్వశ్ శైపాద్యములగక్రియలం బ్రియమాచరించియు

ధనం జూచి యజ్ఞానకృపలం బునుక క్రుద్ధ బవాంచబుకు ? వంటు నంలంఁడగుబు
యడి యట్లుండని మిశ్రకాశ్యపులూర్ధ్వరేతులగుట జగత్ప్రసిద్ధంబై యుండ నివ్వసం
బున నీజన్మ మిప్పటిలం బనియేమి? యీకామినివృత్తాంతంబంతియు వినవలతుం జెప్ప
వనిన నమ్మహారాజుతోఁ బ్రియంవద యిట్లనియె. 98

సీ. అలగాధిసుతుఁ డాగ్రహాగ్రహావిష్టుఁడై ఘోరనిష్ఠలఁ జెల్వ సలవి గాక
సరవిఁ బాహుజబాహుజమము గర్హించుచు, బ్రహ్మర్షిభావంబుఁ బడయఁ గోరి
హిమవన్నత్రికూటాశ్రమసీమ నివసించి దృఢతరనిష్ఠాగరిష్ఠుఁడగుచుఁ
దపమాచరింపఁ దద్ఘోరజాలశిఖల్, కడుకొని నభమెల్లఁ గలయఁ బ్రాఁక

గీ. దివిజసంఘంబు భయమున దేవవిభుని, నుఱుకుసొచ్చిన నమ్మహామహుఁడు దాని
విఘ్నమునకునుపాయంబు వెదకి మేన, కాహ్వయమునఁ దాల్పునచ్చరసామతించి. 99

శా. విశ్వామిత్రతపఃప్రభావకలనావిఖ్యాతిభూరాగ్నిచే
విశ్వంబెల్లఁ దలంకుచున్నయదినీవిశ్వాణమున్ నావృథా
విశ్వాసంబొలయించి యమ్మునితపోవిఘ్నంబు గావింపవే
శశ్వత్కీర్తివిహీనతన్ విప్రవరసాచంద్రార్కమున్ గోమలీ. 100

చ. అనవిని మేనకిస్సనయు యాదసి యారసికానితంబుతోఁ
గనకనిభర్తు గోపనుఁడు గాధిజుఁ డాధిజనింపఁజేసెడిన్
గనిబిని మారుపంటఁ జనఁగావలెఁ గావలె నత్సహాయమున్
బనుపనగున్ సమీరణకుమారుని మారుని నమ్మఘోనవిధున్. 101

వ. అనినఁ బ్రీతుండై పురుహూతుం డిట్లనియె. 102

క. కంతుం బంతున్ రజనీ, కాంతుం బంతుం బ్రమోదకరు గంధవతీ
కాంతుం బంతున్ బ్రోల వ, సంతుం బంతున్ లతాంగి! చనుమని పనిచెన్. 103

తే. అట్లులాలించి పనుపనయ్యలరుఁబోఁడి, యొడలితలకున మురసంభ్రమవశమున

సీ. తపము పెంపునఁ దోఁగు దహనకీలములతో, జటిలంబులగు పల్లవములవాని
భసితాంగరాగసంపదలసొంపదలింపఁ, దరువల్కవలితగాత్రంబువాని
మైఁబుట్టువుట్టకోమలపిపీలికల్ ఱ్రాకి, మూఁపుసేర్పవని లోమములవాని
వ్యాఘ్రాజినోత్తరీయము మేరిచాతుగా, బంగరుంగంబువఁ బొత్తుచెయిమువానిఁ
తే. గండమూలాది కాశవకాయతోఁవ, జోర్ణ్వనష్టాంగ సంగతయోగభాగ
పావనబ్రహ్మయుపిభావభావనాప్త్ర, తీవ్రదీక్షావిధేయు గాధేయుఁ గాంచె. 109
వ. ఇత్తెఱంగున నతిఘోరతపశ్చరణపరిణతదీక్షాలక్షితచరిత్రుం డగు విశ్వామిత్రుం గాంచి
తత్తపోవిశేషంబునకు సాధ్వసంబు బెట్టింప నన్నిలింపగణికాజాలంబు. 110
క. కనుఁగొనఁ గనుఁగొని మునుకొను, మునుకొని మునుకొనక వెనుక ముంగై యుండున్
మునులగుపని చినపనికిం, గొనకొనుఁ గొనకొనదు తెలిసి కోపముఁ జెపుచున్. 111
వ. వెండియు. 112
ఉ. భూరితపఃప్రభావమున భూవలయంబున ధీబలంబుఁ గాఁగనుమా
జేరను జేందగం బ్రణతిసేయను శక్యముగాని మౌనిసే
సేరిపి మారు బారికెలయించుపుడు నట్లని ప్రోలుత్రిప్పురం
జేరిననాసపుండలకుఁ జింతితకార్యవిపర్యయంబుగాన్. 113
తే. అమరనాథుండు లోకహితార్థముగను, శక్తియుక్తులనప్పాని సంఘటింపఁ
దివవనికైవఁ జేరును దెంపుగలుగు, నవ్వునవ్వుల వెలఁదులు నలుగు వెల్లు. 114
తే అనుమనావించి భావించి తలఁపుఁ బోఁడి, గాఢనిశ్చయమున మంగళమల మలరఁ
జెలులఁ దానువిలాసవిచేష్టితముల, గాధిజుని మ్రోలఁ గ్రీడించెఁ గలితనమున. 115
సీ. నృత్యన్మయూరికానికురుంబముసఁ జేరి, నగుమన్మథక్రియ జేయు వలిఁగంచి
ధారాన్నరాళికాతల్లజంబుఁ జేరి, గతులపై ఖరేఁజూపుఁ గలవకంటి

. [illegible] 120

. కాదలికలరవంబు కాదము, కాదలకోకిలరుతంబు కమనీయసుధా
స్వాదరమిశ్రస్వరసం, వాదనిణీయము మరీయ మనికను దెలిచెన్. 121

. ఇట్లమ్మునివరాగ్రేసరుండు నిమీలితలోచనుండై పలుకకుండెం జూచి మవ్వనసరంబున. 122

ఉ. సోమునికేనుభాతిఁ బరిశుద్ధసువర్ణశలాకచాడ్పునన్
గోమలకల్పవల్లివలె గుమ్మనుకుంకుమబొమ్మకైవడిన్
గాముని హేతిరీతిఁ దొలుకారుమెఱుంగు తెఱంగునన్ లతాం
గిమణి వోఁ జెఁగట్టెదుటఁ జేవలమున్ వనదేవతాకృతిన్. 123

ఉ. ఆసమయంబునన్ మనసుఁ దగ్గలికం గలిగాముఖంబులై
బాసిలుతాళునన్ హృదయపద్మము లక్ష్యము చేసి దేసినన్
గాసిలి కౌశికుండు తమకంబున నవ్వల గనుసన్న చేసి యు
ల్లాసము వెల్లివిరి సఖులన్ నిలువన్ నియమించి గ్రన్ననన్. 124

శా. పదునేల్ కేనియ బాఱఁ గోనునేయం బాలిండ్లుపొంగారఁ బొం
దళుకుం బయ్యెద జాఱ వేణిసారణిన్ దాటంక రత్నద్యుతుల్
కులుకుం జెక్కులఁ జేరఁ గన్నులకొనం గుల్కు మీఱ నవ్యాప్సరో
లలనారత్నము వచ్చి గాధిజుని ప్రోలన్నిల్చె నమ్రాంగియై. 125

ఉ. అంచితభక్తి నాత్మ వినయమ్మున యమ్మునఁ గేలుదోయి జో
డించి నమస్కరించి తలిరెబోండి నమర్చఁగ బ్రోలనిల్చినన్
గాంచి మహామహాండమయ గాధితనూజుఁడు మూర్తి పేర్చిడి
వించిలతాంగి! నీవెవతె వేడ్కలఁ జెప్పుమనంగ నిమ్ముగన్. 126

. అని సాభిప్రాయంబుగా నడుగుటయు సమ్మదమ్మున నమ్మదవతి యమ్మునితో ని ట్లనియె.

ఉ. [illegible], [illegible]నిమ్ము
వలపుఁజిమ్మెడుతావి నడచెంతఁజెందుగదా! సీ, కసుమసౌరభంబునఁ గప్పునిమ్ము
విరికటారివులోడు వెఱ్ఱింపవెలఁదినీ, కేళిదుర్గములఁబాత్తుకొనఁగనిమ్ము
వీరకుసుమశరమ్ము చేసంబాడంతినీ, సాహిత్యాయురకేళి సలుపనిమ్ము
గీ. జలవశకలావిలాసహారసదుపవాస, చిరతర ప్రతిదీక్షావిశేషమున్న
దవయవాగూపసమునభావ మలసమెమ్యో, శాలినీప్రౌఢికొంగొ బడయనిమ్ము. 133
వ. అని యనేక ప్రకారంబుల. 134
శా. ఈశానంగరంగిరమదుజ్ గృహమై హేలావతిక్ వేఁడుచుక్
కేళీకంకణమల్లంపఁ జాఁచిపాణిక్ రత్నరాజహారంబులోఁ
హాజమ్మాపురఘంటికాగతులతో ఘూర్ణద్వరాళీరతిక్
రాజీవాక్షయుల్గుటుంబ సౌరఁ గొదురారం గైనచేరంబునన్. 135
క. పిలఁగుఁజలఁగుఁ జనుమునఁ, గలఁగుచు మాలఁగుఁదొరంగి కపటారధటిక్
కేలఁగు వలనొను నినుమున, నలఁగుఁదొలఁగునను న్యాయాగ్రముమీఱన్. 136
వ. ఇట్లమ్మనిగృహీతం బగునిజకరాబ్జాతంబు నవలించికొని కిరీటంబులంబారంబులునగా, నమాలంబులకోలాంబులను, లవలీకుంజంబుల పుంజంబులను, ద్రాక్షాలయమాల్యమ్ముల వితానమ్ములను, తిలకమ్ములకులకమ్ములను గాసారంబులతీరంబులను, గిరితటాం బుల నికటంబులను బరిభ్రమించుచుఁ గ్రీడింబునకేళీజక్కిడ చిన్నెలఁజెట్టి నిట్టూర్సఁగా ధిపట్టి యిట్టట్టుఁజుట్టివచ్చి పెట్టఁబట్టి పట్టువిడుచు చిట్టాపునిచెను. 137
విరాజవిరాజితవృత్తము.—
కలఁకలు సేయకుచే కలికీ మదిఁ గైకొనకే మరుపూనుకకీ
కొలఁకులఁ గ్రుంకకుచే యుబలా మదిఁ గొంకకుచే భృతకామబలా

బలువుగఁ గెలువు [illegible] నయించి [illegible] యించు, [illegible]

కరిపి కొమ్మను కొమ్మఁ గదియించి కదియించి, యొయ్యి నాతెంచు లేక లాని యా

కేళికైఁ గమకంబుఁ గదలించి కదలించి, కరమూఁ మనుకేళిఁ గలసి కలసి

గీ. బాలిని పాలిని రూఁ గ్రమ్మఱ నరఁగి పెరఁగి, యొసఁగి బంధలీల నాటు సమ్యక్త్వపద సేయు

సంగసంభావనంబున కలితసుఖలి, కడపె నారాత్రి సుఖకుఁడై కౌశికుండు. 141

వ. ఇవ్విధంబున. 142

క. సురతరుపరిశరధరణీ, ధరవరశిఖరిస్ఫురల్లతా భవనములన్

జిరతరరతరాగంబున, గురతిఋషిఁ గూడి చాలి సుఖమునఁ దేలెన్. 143

తే. అంతఁ జలదలపిదపిగమనమునవిధి

కలశపైఁ చిప్ప వాలుఁ గనుఁ గడుఁ గట్టి

తలవలిన్వఁగ గర్భమై తొంతఁగంబ

కెలమసలెఁ జేరచిక్కన స్నేహంత కధిప!. 144

వ. ఇట్లు గర్భంబు నవమాసపూరితం బగుటయు. 145

క. రాజర్షి నిలననిర్జర, రాజనధూతిలకమునకు రమణీయుండై

రాజిలులగ్నంబున, రాజాననగలిగె భువనరాజి నుతింపన్. 146

వ. అప్పుడయ్య నమ్ముని విమ్మనంబునం బమ్మిరసమ్మనమ్మున నమ్మాఁతుఁను జాతకర్మాదిసం

స్కారంబులు నిర్వర్తించినంగాని యవ్వృత్తాంతరానివిధి తత నత్తపోధనుచిత్తం

బారాధించి ప్రథమాధిగమంబునం జేకికొన్న సంకేతంబుఁ జెల్లించితి నింక యథా

కామంబుగా వర్తింపంగలదాన నట్లగుట నాశ్రితరక్షావిచక్షణంబు లగుకటాక్షవీక్ష

ణంబుల నన్నుం గృతార్థంగావించి వీడుకొలుపం దగునని సప్రణయంబుగాఁ దచ్చర

ణంబులకెరఁగి పోత్రికల నత్తమిల్లి నమస్కారంబుల దపసోదిఁగిలు విడుకొని

సవినయంబుగా సన్నిధి నిలిచియున్నయన్న చేతిలకంబు దనం దేఱి చూచి యట్లకాక

[illegible]
స్థలవ... యిట్ కుగాతజలజాతవ్య సుష్పదళ...వ్య నాత్మలో
నలు... [illegible] ప్రాంకభోగిరీ
లలనలకెలపిల్ల తపులం బకుసా పెంత నిక్క..బంబుగాక్. 148

ఉ. అవటాతకర్త్రప్రుఁ [illegible] గవిహాలినీసతిం
ప్రోనిజలంబు [illegible]
[illegible] దాగురవాకుపా త్తికం
బోదశేక [illegible] జూచియూ ర్తుఁడై. 149

క. ఎవ్వరిదా [illegible]. చెవ్వఁడు జవసుండు? జననిచెవ్వతె! జనం
[illegible]! దీనిఁగొనకే, నివ్వఁడు? నట్లురుచుఁ బ్రోయు నట్లుగునవరిక్?. 150

తే. అనుమునం డహూడోలా యితొంతిరంగుఁ
[illegible]
పుట్టిఁ [illegible] ప్రోచిఁ చెరుచు
వాంఛ [illegible]. 151

క. మేఁగి [illegible], [illegible] బందగుఁద
[illegible], [illegible] త్రిశజా [illegible]. 152

వ. అని నంతేయున. 153

క. కంతిలు [illegible], కంతలకా [illegible]
కంతిల [illegible], కుంతలయునిదీరిఁ జేసుకొనిరొమునివిన్. 154

వ. తదనంతరంబు. 155

తే. [illegible], [illegible]
దవాహా! [illegible], [illegible]. 156

సీ. ఒక లతాంగులమ్మ ... నీటఁ బెట్టి, ... స్థలయుగళ ...
యొకతె వాఁకెను కెంపు-లోల సూత్రము లగట్టి, తగాయలుగాఁ జేయూఁకలవాను నొకతె
యొకతె సవ్యాపసవ్య హస్తములఁ దియ్యపులఁ గొట్టి, పక్షానుభావ మేర్పఱచు నొకతె
యొకతె భావులగడూ సవ్యదపూరమున పెట్టి, ఏకరేఖకలహంబు బాపు నొకతె
తే. యొకలతాంగిని జేయూఁత కోటు గడచి, మీనుపంటి జయశ్రీలఁ బూను నొకతె
సఖులు దాఁకుకొసంతిల జలకేళికల, సతులగతుల జలక్రీడలాడునపుడు. 169
ఉ. చేడుక విరాజగజలకము, లాడి సరోవరము వెడలి యన్యోన్యస్వర్ణంబుల్
ద్రోవయిక్కై సేసి జల, క్రీడాలసులను మనఃబుఱందిరి తోడవుల్. 170
చ. కులుకుమిటారిచన్నుఁగవఁ గుంకుమ సంకుమదాను లేపముల్
నళికులప్రోవు నిన్నుదుటఁ బామరిసోదర కేణుచిత్రకం
బళికుల కేళి వేణి నవహాటక కింజకమంజీరతతుల్
గలికిపిపాళికన్నుఁగవఁ గజ్జలముల్ రచియించి రచ్చెలుల్. 171
చ. పొలుపుగ జాళువా పసిఁడి పుట్టములు గట్టి జగాని గారవుల్
మెలఁగు పూలసైకిలింతఁ సేని మెఱుంగులతారహారవ
ల్లలవలయాది భూషణగతిదంబు విడంబన మల్లసిల్లన
త్తలకెని యొప్పమీరఁ బసిఁడీరి మదనివాలుసోకెక 172
క. ఇవ్విధంబున నలంకృతలై. 173
శా. తామాసమప్పవంబున ముదంబున ప్రాసిరి చేసిరిన్నజేల్
గానము నికామసీయ యమున గాడిలిదిల్ల...హుమానుమాళముల్
సోమునిసోమ మకస్యమును జక్కులనక్కులనంబు చందనా
రామలలామ మైలకఖున స్ఫురగాతిత పాతకముల్. 174

[illegible]

నయ్య! మదీప్సితంబు వినుమయ్య! ధరావర నన్నుఁగాంచవే
సయ్య! విద్యాపరోపాధికగుణమయ్య! గులిక్ దలఁతుజ్ రతీపతీ!. 178

ఉ. తుంటఁట కార్ముకంబు కరదంటిన తేంట్లఁట వింటినారి చే
యంటిన పాదుతూపులఁట యప్పులపాలఁట కేతనంబు వా
గంటిపలంగు గుజ్జుడఁట కాయము లేదఁట నీకు లోకముల్
కొంటెతనంబునం గెలిచి కోరిది యచ్చెరియంబు మన్మథా. 179

సీ. నీయుద్యానికదా కెమ్మిరాచిలుకను, బంజరమ్మునఁ బెట్టి పలుకుమందు
నీతూపులనికదా నత్తమ్మి తేనెల, గాటపమ్మునఁ గండ్లఁ గప్పికొందు
నీమామయనికదా నిగ్గుజాబిలి నిజాబి, దానవంబునఁ గొప్పి చలముకొందు
నీకుఁ బన్నత్తనికదా నిక్కువుగ మ్మిరనిట్లు, నాప్రాణపదముగా నిచ్చుకొందు
గీ. నీదుపరివారమనికదా నిలకంఠ, మునను నటలంబుఁ గలవాంపనుమనసు నిమన
మరికి శ్రుతికోయిలను గానవులపరింబుఁ, గోరకులనిమ్ము మనవిఁ గైకొమ్ము మదన. 180

శా. ఏణీనామనవకాశ్మయాసరణి నుత్పన్నిత ప్రస్తుతం గేళిని
ప్రాదేశ కా విన్నవించి పూర్వం పరాధింబి దూపౌంతిఁబూ
బోణుల్ నీదుకనూడిగంబు సనపం బూహించి దేశిక పెట్
ప్రాణాభాబము కడ్డలీలవిరళయ్యం జేరి మై ప్రాన్నపజ్. 181

వ. అత్తగతంబున. 182

ఉ. మక్కువనక్కువంబెడలి మాటికిమాటికి రాజరాజు నె
క్కుక్కువనక్కువల్ పలుప కెంతయు జేఁదినమానసంబునం
దక్కుటికంబుదోఁచమికి పాయనివేంచి నెంతె మొంగ్
ఒక్కవిరాళిగ్రుక్కమనుఁ జెక్కు బంజేఁ గదియించిచిన్నన్. 183

చ. కరిగమనః స్తనద్వై పరువుకాంతిసహించక ధిక్కరిల్లగా
కరములు బుజ్జగింప విరగాని పద్మిని మోముబాంచెనా
కరిమకుర స్తనద్వై పరువుకాంతి సహించక ధిక్కరిల్లగా
కరములు బుజ్జగింప వి.గాని పద్మిని మోముబాంచునే. 188

సీ. ఘనకాలకరవాలఖండితవాసరి, కాసరస్కంధచక్రంబనంగ
కుముదాగ్రచరమవిశ్వంభరాధరశిఖా, పరిపక్వదాడిమీఫలమనంగ
పశ్చిమాశావధూపాణితలస్థితబింబ, స్ఫారకాశ్మీరకాపంబనంగ
సాయంసమారబ్ధజలధిసంధుక్షణ, కుండీస్థవహ్నిముఖంబనంగ
గీ. విరహిజనకృత్రయాత్రానుసరణమంగ, కేతనక్షిప్తమకరదృక్కీపులకగ
నానలహోమసంజనితజాయలాలయమనవర, భాగమునకు జేరె పద్మినీబాంధవుండు. 189

మ. బలభిన్నీలశిలాకటంబములతో ధిక్క్రీధియూధంబుతో
జలదశ్రేణులతో మిళిందములతో శైవాల్యకాంతంబుతో
అలవాసంయుతకేశపాశములతో లక్ష్మీధరాంగంబుతో
వలదిందీవరపాళితోడ కెలివి బద్ధాళి బర్వె క్రొంజీకటుల్. 190

సీ. గగనగంగాతరంగములతో గూడ మింటి, నెమలుడిండీరఖండములవూడ్కి
వియదలక్తావింధవిటపచ్ఛటానట, స్త్రీతరంగణవిద్యుత్కాలభాతి
శశికాంతశకలస్థితోత్సృష్టవారిమునందు, నిలకొన్న నిజబుద్ధి నావు వగిడ
రాజమార్గమునవద గ్రామశిలీముఖాల్, చల్లుచూపారళాజలవిధమున
గీ. దామినీకిసోమకళ విభాకలనమిదవడు, చలవపండిటిమతుల్యపురలసరసి
విప్లవపాపముగ గైసేయువిధులపొల్పు, కలిమివాటించె తులకమక్కుల చెడంగు. 191

గములు చెలంగెఁ గోకనికరమ్ములెంతె విధుండు పూర్వభూ
గమున వెలింగె సంబురుహకాంతుఁడు కాంతి దొలంగె సార! లో
కము తెనకేంటఁగాఁ గలఁడుఁగా పరితాపపరాశవంబునన్. 195

సీ. అంగభూవనమల్లికాస్త్ర ప్రసారంబొ?, విరహిణీజనతినావిలసనంబొ?
కమలినీకమలసత్కుముదినీహాసంబొ?, పక్వజీవంజీవరాజసంబొ?
ప్రబదిందుమణిగణసాగవీసారంబొ! తృణాదాగ్నిపాదికా స్తంభటంబొ?
జారిణీశతవనిశోత్సవనూనవర్షణంబొ?, విరహిణీ ఉత్కలికాబ్ధివిశ్వసంబొ!
గీ. యనఁగ బ్రహ్మాండమంత పాండ్వరతరముగఁ, కాలగారమొనర్చెఁ లీలమించి
ప్రుడమిపిండానఁబోసినపాలువు పగిలి, వండువెన్నెల నిండె దిక్కులందలముల. 196

క. కోకరణవిధునికరములు, శ్రీకాంతాసుతునిచిత్రపుపీకరిలగతిం
దాఁకఁగఁజేతులకొడ్డుచు, నాకోమిరెమిటారికలికియౌఆకపొలంకన్. 197

ఉ. హాస్యరుణాలహీన! ఎలినాహిత! చందిలుమన్నదాన నీ
వికటిఁజేరనన్ను నలయించెదు నీకుపలంబునీఁజుసం
గాతగుణంబు పంచనుఁగాక సురద్రు పలీగనంబగుం
గాకభవచ్ఛరీరముదుఖండముబై దొకుఁగాక దుర్మతీ!. 198

ఉ. నాందరి మిత్రుబై తుల్యలఁ మర్త్యులకొక్క టిచేవి నాముకిక్
బందమురాసదొందర్చి, హరి సోదరుద్రయముఁ జెలుటల్ మరు
ద్భృందమఁ ద్రోగా భుగఃఖీకర విన్ను సృజించి పాంథులన్
ప్రంపఁగఁ జేయఁగా కరవహా ఎల్లసివారల నమ్మనద్యునే 199

ఉ. తెమ్ములఁ జేఁదెనో ? నిజసుధామ్లేనో ? గొంతవాలికగ్గనో ?
యమ్మకచెల్ల వాలపాలనుల్లుంగ దానివలంది సొమత్తమాం

ఉ. నిండినపండువెన్నెలలు నెక్కొ(ట్రముకన్నులఁదీరుచున్న నే
గిండిసవానకోర్బిశ్రీశిస్త్రీఁ దనుపిస్త్వాళ్ల నమారయుం
గాండిముచేయఁలూ నిదపుగర్వముచేసలు గాపనీగుకో
దండముఖండపైపుసురథంబును సాగుటఁ గాకదగ్పశా. 203

ఉ. సీమద్దుసేపసీపతికలక్ష్మిఁద్వ్య త్తిలిసియునంగారిక్
జేమఁజుఁలూనశేశగవనీజకఁలుడిఁలుకన్నయూసి
మూమక్రృశింనెవిజ్గనవమాత సుఁజుంచలపూపగుంటి
స్త్రీమకరాంశ యుట్టినృశిజాఁమేటికినమ్మ సేఁదసే. 204

క. పారసియారసముసచే. మాసస్తారుణ్ దమాసమాసుణ్ మారుణ్ ...
దూరిమిటారియులనికిణ్, దేహ్ర గాంపమకష్మ శిస్నసతోసక్. 205

ఉ. చందనశైలరాజముసఁజారుపటీరనిసంజనుంజగీ
బృందమువిందుసేమవిహారింపక క్రొవ్విక పాలికాలి గా
శిందముఁజూడ సేసెడవోలెమ్ముసమీరణకోర సీనమీ
లందరుతి త్రమావిలసితాహిసహా స్రముఖా గ్రయాయిపై. 206

చ. నలపులకొండడిగ్గనజహారములోనగాలు త్రిరంబుగా
వెలుపడీ వేగ కేగకొడవిల్లురి కార్యముగాఁగవచ్చుకోఁ
జిలువలకో అలంకరిమిచేసునసంబులఁగంటివింతిను
మ్ములపాశక సైనికకుదముణ్ వితగాగఁగదాముదానిలా. 207

క మకరాంకునకు స్వనుకణ్, త్రికటభటాస్ఫుటాలు కేక్సపై కొమమధుళి
టుబ్బకపిక కాదంబమూయూ, రకమూలనణ్ వెఱచి పెఱదిరమణియులకతోక్. 208

సీ. ఘలభరగ మలసేయుపనిఁబూ నివరుగదా, కులుకులాయివిమిఁ కుఁజిలుకలార
బలుకిభుండికేనంబుఁ కొసుఁజాలయగదా, వెమిమ్మెలాయివిమోతు కిమ్మలార

నీరేజారిదూతదూతి యనిలున్నిందించి నిగ్రించిన
బ్రౌఢుఁ మారునిఁ గేరి కేరి దివ్యవామ్లాయ త్తమా నుష్టిమై
యారాజాననయోగ్ని బెక్కు మన్మథకంతా శ్రుద్యటల్ చిన్కులకా
జారంగోకిలకాకలీస్వరసుధాపారంపరాంబుగాన్. 213

తదనంతరంబు. 214

ఆకలికికంఠకాకలిసాకలించి, చేరఁజనియాగ జవిలిబ్లూరజత
తాపముచే పనూనాంగిమై పాలంతి, బెద్మయాస్వఁగ నిబ్బెలూల్ పిద్మలించి. 215

అక్కకచెల్ల ! చేటిపికలక్ష్మ ! కమంగపనీవనింకెరె
లప్ప ! ఏరాళిజాలినోనకమ్మ ! ప్రియంబానమాటలాడదే
మమ్మ ! లతాంగికిట్లుదగదమ్మ ! సఖుల్ వినరానిగోష్ఠమే
నప్ప ! మనోగతమ్ము సెప్పవమ్మ ! ఘటింతుమువాలికామణీ! 216

రావిఁతు మునీజనుని. సేవింతుమునీదుకోర్కి చేకూర్పుటకై
కావింగుమురీయుట్టము, భావింతుమనిఁదితెఁఁగుకాంనసుమతల్లీ!. 217

అని యనేకప్రకారంబుల నెచ్చెలులు విచ్చలవిడి నుడువ వినియుంచి పసిండిగిన్నెలంబోని మిఱుంగుఁజన్నుల మున్నై తోరంగుకిన్నెరుకనికరమ్ముల నరుణనాళీకనికరమ్ములకర ణిం బ్రభాకరింబు లుకరింబులవద్దమఁ దిలకంబుదిద్దుదు విమలంబని ముఖారవిందంబున గమలమాపుమం చమలుశ్రమజలలవంబులం బల్లవంబులకా విసరుచు మాటికిం గొన రుమఁజేటుకంబు నిప్పురుచు జేసలిం దివ్యుచు నక్కసంశేర్చుచు నుక్కవ మారార్పు నవహరింబున. 218

జలిబిబిమిటారికొండొకసేపటేరి, ప్రాణసఖులారా! నానుడుల్ వరఁగవినుఁడు
లోకనడఁ దింకుట్టునాలోనపుట్టు, పఱుపరామికిరింక దాఁచుటేకమేల! 219

బ్ర[illegible]
నవ్వులఁ ద్రోచిపన్నతలిపంద్రుల దూ టదపాటిసారకున్. 223

ఉ. చిన్నలనాటనుండి యూరు చెక్కుడుమల్ పదించున్న నాన నా
బన్నముఁ జెప్ప నేలయిది ప్రాక్తనజన్మకృతంబు దీనికిన్
వన్నియ పెట్టెనలు జనపల్లభుఁ డక్కట! యెంత వేఁడినన్
గన్నడ చేసితప్పలయుఁ గ్గా కొనఁగంటిని చేయు చేటికిన్. 223

ఆ. అమితోహరాంగుఁ డనురాగభరితుఁడై, వివిధములనన్ను వేఁడుకొనియెఁ
గెంత వేఁడుకొనిన జక్కసక్కెములాడి, వినక చెలఁగి తిట్టి వెలఁదులార! 224

ఉ. నా వెతఁ జెప్పనేల! వరసాధుని మేనుశిరీషకోమలం
బీవల జాతిపూవులకునీ విరితావి కడింది కాఁక కన్
దావలమయ్యె కేరహీనిదా చెనో యయ్యయో! యెంత వేఁడినన్
జేవివ వేరప్రతిపదికిలోనయి తిన్ ధ్రువింబుగన్. 225

తే. అధిపుఁడేమియు నా సేవమాకలించి, వేఁడుకవకార్పియురుపుగ నిగ్రహించి
కనికరము పూనువర పెరుకారులెవ్వ, రీతమకపెట్టులనై తు పేసేమిసేతు. 226

సీ. తరుణ ప్రవాళ కేసర ముద్గురంబుపా, న్పుపలి తాళించి పైఁ బోరలఁ దానఁ
ద్రోచిపైనిం డారుపుఁ దేనికోలఁకున, మస్పావాసము చేసిదు మునుదానఁ
బరువం పుఁజిగురాకు పానుఁ జేకొనిజేపి, హాయమ్మురించు మరప్పుగ్రమ్ముదాన
మొయి కొన్న పలపుఁ డెమ్మెద రాజు చిచ్చులో, నాపన్ని దమువీలవనవచుదాన
గీ. ఏమునుని బాణములరాక శీతధాంశు
కళలబలుకాఁక లీమరుత్కుంజకంపు
జోక కీకోకిలంబులపోకలోర్చి
గోల! వేయేల నీకతాకఁ జాలనమ్మ! 227

[illegible]
నవకుసుమంబుల మారుని జనములూ నకొ రాజటంచుమతి సఖి
జనములఁ జేర్చిరి మెల్ల మెల్లనఁ గేళికా సౌమ్యాయ చారంబులన్. 230

వ. తదవసరంబునం బ్రియుండవ దరహాసభాసురముఖి యగుమ దవమాయతో మెల్లన నిట్లనియె. 231

సీ. పుట్టినప్పుడె నాగాధిపట్టి గాదిలిపట్టి, జాదిబల్కినమాట సూనృతంబు
మాని సీతటనే మనుగోలఁ గాంచియచింపు, మార్థ్యరేతని వాక్య ము త్తమంబు
ప్రోదికై మనలఁ బంపుదుఁ జేయుఁ ననితిక, శ్యపుల సంవాదంబు సమ్మతంబు
తిరుణేచి క్కలుచూచి సైన్యములగుఖాముల్, నిర్ణయించినమాట నిక్కువంబు
గీ. నిఖిలరాజాధిరాజమానిక్యమకుట, తటఘటితపాదపద్ముఁడై ధరణి నాల్గు
చెరఁగులేలెదు దుష్యంతుఁ జెట్టపట్టి, భూరిసౌఖ్యము లందుదీ వుర్విఁ బోఁటి. 232

వ. ఇట్లగుటం గాలయాపనంబు నీకు సమయంబు గాదు. దేవ ప్రస్థానలీల నిక్కువ్యాపకత్వంబు
నతి ప్రయత్నంబున సురక్షితంబు గావింపవలదియని యానతుయాదులకు నొప్పించెప్పి
శకేంద్రప్రస్థానంబునఁ బ్రవేశించె ననినవిని జనమేజయుండు తరువాతిచరితంబు
వినవలతు ననియెను. 233

ఆశ్వాసాంతము.

క. శ్రీసురపూజాస్పదపద, భూసురవాసకకోటి పనితాలసిత
త్రాసురరరక్షావత్సా, తాసుగదంక్రమణ! వేంకటాచలరమణా! 234

మాలిని. విమలకమలనేత్రా! విక్రమాకాంతిమిత్రా!
ప్రమదకరచరిత్రా! ప్రసన్నకీర్తిపాత్రా!
కమలవిత్పూగణపవిత్రా! కోమలశ్యామగాత్రా!
యమితగుణపవిత్రా! యర్థికవ్యాకరత్రా. 235

[illegible]
ధారశ్రీసంసేవ్యా !
గిరమణ స్తవ్యా! శేషగిరినా స్తవ్యా ! 1

వ. దేవా వైశంపాయనుండు జనమేజయున కిట్లనియె నిట్లు ప్రియంవదనరేంద్రప్రస్థాంధా
కారంబుఁ బజరిసి తిరస్కరిణీప్రభావంబున నంతర్ధానగతియై మెల్లన రాజమందిరంబు
సొత్తెంచి కలయంగఁ గనుంగొను నవసరంబున. 2

శా. ఆరాజన్యుఁడనన్యగోచరసుమనోజార్తిజ్వాలస్ఫూర్తియై
యారాజర్షిసుతాధరాదరసుధాపానంబుపైఁ గోరిమిన్
సాలసాంఘ్రచతుర్విధాన్నఫలమజ్జాపాయసాపూపస
స్త్రారాద్యుత్తమభుక్తియానసమునన్ లోభింపఁ డింతేనియున్. 3

వ. ఇట్లు శకుంతలావిరహానలసంతప్యమానమానసుండై యమ్మానవేశ్వరుండు. 4

సీ. ఊపియదిందుప్రభాభ్యుదయసంభవలకుఁ, తలమూపసోపక తలఁగి తలఁగి
కలకంఠకులకంఠకాకలీకలనంబు, కర్ణగోచరమైనఁ గలఁగి కలఁగి
మరుఁడేయు మోహనంగవిరకగారపుఁబోసిలు, నుదికగ్గలంబైనఁ గలఁగి కలఁగి
చందనాచలమరుత్కంపితంబులవారి, దురితగాహంబైనఁ దొలఁగి తొలఁగి
తే. తేమిపొందఁగ దల్పంబు డిగ్గి డిగ్గి, తేవతేవకు బట్టుఁ దిమిరితిమిర
పొలఁగి సొలసంబుమాటికిఁ బొగడిపొగడి, యనుప్రాయుచు వహానాఁ జహాంచిహాంచి. 5

ఉ. హా! యను మానిరాజతనయా! యనుమోహయనిపల్కు నేమిగా
హో! యనురమ్యపద్మవదనా! యనుఁ గన్నని సీమకోలతా
హా! యనుఁ బాలఁజాలఁ గలికీ! యను మద్దిరవిప్లుతేవా
నే! యనుజాలకేలతరుణీ! యను రాజువిరాళిజాలిచేన్. 6

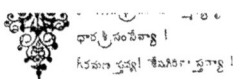

వ. ఇవ్విధంబున. 10

క. జయజయశబ్దంబులతో, భయవినయముల క్రాలిలంచుపద్మదళాక్షిన్
ప్రియమునఁగనుఁగొని యిట్లను, నయవినయదయానిధానసౌఖ్యంబగుచున్. 11

మానిని. నేను మిత్రాంబరసోదరసోదరచిత్రవిభావసుశాలినికిన్ !
నేను మిఘాలదళాలకజాలకశీర్షభవార్యమహాలినికిన్ !
నేను మిహృల్లసువర్ణసువర్ణవిజిత్వరదీధితిమాలినికిన్ !
నేను మిరోజభాజరాసహాసిలవిడంబితకేలినికిన్ ! 12

ఆ. అనుచుఁ బెక్కుమారులత్యాదరంబునఁ, గన్నిసేమమరయుచున్నఁ జూచి
సన్నవాలినగుచుసకియప్రియంబున, పార్థివేంద్రుఁజూచి పలికె నిట్లు. 13

ఆ. తడవుకేదమాది ధరణీశ! యింతిలో, నేమిరయు బెల్ల చిత్రమయ్యె
నతనుమంత్రసిద్ధు లగుచుమాపురముల, కెట్లుగేయునేను మెట్లుగలుగు ! 14

ఉ. భూపజనాప! నిన్నుఁ బరువంబున గల్పనయుంటనుండిదయన్
దాపలమైనభూరిపరితాపముచేఁ జుమి కన్న భిన్నయై
పూవులచండలంజ్వలమువూఁకలుసొమ్ములుభక్ష్యభోజ్యముల్
కావలెనందుఁ గొంకొనక గాసిలుచున్నదినూతనయ్యపై. 15

ఉ. ఆదినిబుప్పబానఁగనుంగొనుదంతిమ గ్రాఁచెపగ్గమై
యానబలావ్యసలోకమునురూకచనుం బ్రతిహాలవయ్యెఁజం
ద్రోదయమంతకంటెఁ గడునున్నది రాజన్పృగాంకసేవచేఁ
గైదలిమేనుసౌఖ్యమునఁ బాటిలునో యనిమిమ్ము నేఁ జెనన్. 16

క. ముదుపలుకులవ్వడఁగాతడు, పాదమువంచనపుండుతీర్థయాత్రకు విప్రోజ్

భోగంబునందోపనిక ప్రియులొసనిక్క రాజసంభావ్యం ఉక్కులంబుల సల్లునుయు.

తే. ఏటికిది గుర్రుదిక్కు దిక్కునక్కొట్టులౌనంటి, చేసితా గానిదొంచుట చేమికతెలుం!
యమగునగుణ మేలు మేలుగయాళికలికి, కలికితనుగంటి తెరగంటికలువకంటి ! 20

తే. బాలసఖ్యం బకారణ ప్రహాసనంబు, స్త్రీవివాద గుణజ్ఞసేవ చదవు
తెలియమరితంబు గారంబులేనిసాంగు, కాలకునలం ద్రుబ్బసులనిక్కంబునరావె. 21

ద్రుతవిలంబితవృత్తము. అలవసిష్ఠమహాముని నిష్ఠయిట్లో, గలయగాధిజాతాముని గాధలట్లో
మెలంచిపాడిన మేకపట్టిరయై, తెలుగులేమకు జేప్పలవింతలే. 22

క. సామాపతే, పంబుగ, భూసీతాశ్వరతిలకు సిట్లుపొరిం బొరింబలుకగ
దామరపావనయాన, తామరపము ప్రేమరసముదలకొనం బలికెన్. 23

ఆ. గాలముద్దగాలంపసి గాఢ్రుగసుగంచ, సూనముద్దగుప్పగోలయబల
యూఅతాఅలాడ సిట్లునోగా జెనో, రామరాము! నిరపరాధగుమ్ము. 24

ఈ. ఆగమసూక్తంబనౌ దుసాద్యులపలుకు దురాద్యులై నయ
భాగ్యగతు శెద్ధి వేడి నందిదర్థమునిద్ధలంకే సముటల్ మహా
భాగుంజనివునీద మనప్రార్థితముకా పనుపూరుని తతిత
రాగముతో జనప్పటికిగమ్ముప్పాటంబగొమ్ముకొమ్ము చేసె. 26

వ. ఇంకంగుతక్కుతక్కుశోనాంబుయలంబనిగొనతేయుము బహుళకంబు లనుమపచారంబు లావరించితి మొద్దిగోవమ్ముద్దియ నాలసుగాపంబునకుం బ్రతీపంబు గానదెయ్యనట్లగుట నత నుతాపంబని తోచుచున్న యది చూడిసూను యసంతరి వ్యాఖ్యమంబున భవిద్దర్పవానంతర సంతాలెంబగుట నట్విడగుణమం బునర్దన్యసం బాపంగి కను జేసు ఋణదిర్పి యూరా ద్భవతి దీనసునూ వాచంద్రార్కంబుగాం గీర్తిపారమంబులు నెలకొన నట్లగుట నుద్భవప్రకారంబున శ్రీమ్రు యక్కన్య సన్నిధానంబున పరావలయునని సవ్యా జంబుగా సూచించిన నొడంబడి ప్రక్కందంబడి వీనాంబరాగనంబున నలంకృతుండై 25
గూఢప్రకారంబున నిజస్కంధావారంబు వెలవడి.

[illegible]

తే. నాథ! యిటువంటి [illegible], సుహాస! యిదిగో స్తనీకాయమానసరణి
స్వపటాగ్రణీ! యిది [illegible] ప్రకాశ, [illegible]! యిదె [illegible] కుంతలా [illegible]. 29

వ. ఇట్టిసంగంబు చూచింపం బ్రియుండవాదారవిందకందళదమందమకరందబిందువులగు [illegible] బై యారాజపుంగవుండు [illegible] మధురమధురస [illegible] ప్రతిప్రకారంబుగాం గోకిలకలస్వనవితానంబు గానంబుగాం, చిత్రం బగువాదిత్రంబుగంగుం బాత్రంబులయి మాద్యన్మయూరకళత్రంబులు నర్తనంబుం బ్రవర్తింప, నిలింపనటులవిలా [illegible] కరదీపికాయమానంబులయి నలుగెలంకులం [illegible] సంధ్యాతిమిరంబుల [illegible] జడిపించు [illegible] కంబుగాం, [illegible] పుణ్యాహఘోషంబుగా, మహోత్సవంబుం [illegible] బ్రవేశించు [illegible] బ్రియుండవా [illegible] పరిచారికాజనంబులు నీరాజనంబాచరించి, సప్రణయంబుగా నభ్యంతరంబునకుం దోడ్తెర [illegible] పాద్యాదివిధులం బూజించి, సఖీజనమధ్యంబున లజ్జా [illegible] ప్రవాళి [illegible] జూచి [illegible] బ్రియుండిట్లనియె. 30

[illegible]
ప్ర [illegible]
[illegible]
[illegible]

ఇట్లు తన్నొక్కట డించి సఖీజనంబు వలువొలఁదులఁ దలఁగిన సుజ్జాతంబులగు లజ్జాభరంబుల నజ్జలజముఖి కృపాలునిపజ్జ నిలువ నేరక నిలువఁ జాలక. 34

కులుకుచెలువంగ బబ్బురపు గుబ్బలు గుబ్బటిలంగ మేనితా
లుల చిలుకంగఁ గొమ్మ నులియుంగ నుంగ్ముక్కునఁ గ్రమ్మిచెమ్మటన్
జిలిబిలిపొంగఁ బొందవసఁ జేల మిఱుంగఁ దొంగఁ గంకణా
వలిగలుగల్లనంగఁ బిఱుపంగ ముకించెలతాంగి సిగ్గునన్. 35

ఇట్లయ్యంగన నంతరంగంబునం బొంగలి నొసనెఱుంగునం గుఱుంగట నిలువంజాలక నక్కురంగలోచన మెఱుంగుదీవియుఁ రాజీవాణి స్తంభంబుల మఱుంగున నుఁ బరుంగు వాతెఱం బవిత్రచామాత్రంబున నస్తాత్రికళత్రుం బెకాళ్ళాంచెనగాత్రిం దొట్టిచేపట్టి కవుంగిటికిం దిగిచిన సిగిచి దిట్టతనంబున నిట్టుట్టు గిరుచుపజేది సురుచిరగతింబఱచిన నగలిన మరులునఁ గ్రమ్ముఅన్నరుపాంపు పొలుకుం బలుకరించుచుం గదిసి సన్నద్ధంబగు నక్కన్యకామధ్యంబుఁ బిడికిటం గీలించి లాలించుచు నధరామృతం బాస్వాదింపం గమకింపం నమకింపఁ జంపకగంధి గంధసింధురం బాక్రమించినం జలియించుచు తరుణాకరిణీలలామంబు చాడ్పునం గాడ్పునం గదలుకిందలి కాండంబుకై సడిం గైకడి నెపగలుగం జడియుచు నొడంబడ నిలయించం బలదళదళరపదంబగు హాధూతంబైన సుహ్యాజ్జలజాతంబుతో నిట్లనియె. 36

పలికీపలుకవు మరుపూ, ములికీ! యీ యంచమూల ముంపంపు హాసా
హాలికీపరిసరతమసర, దలికీ గాంధ్యటికి డెంద సులికీఁ గలికీ! 37

వికహపాశ్రోణీ వెల్లికిఁ గదోడంగె, యనుగరిఁ జేర్పు మునావడింగిఁ
గామాంధకారంబు భీమమైకొలిందె, గనతేర్పు మమునుడి కలికభాతి

అని యశోద ప్రకారంబున గ్రక్కున నాదిష్టు తలకిరంబుగా మింగంబు వాంఛించెనుక్కం
బున భావించి యక్కుంచరగాత్రి గోత్రాకర స్తుతితో నిట్లనిరి. 40

అక్కటా! శాతకర్ణ్యఘులయాపరణంబు నవన్న దానవ
స్మికటకిరిట్లశేఖరాంబరమే విపరంబిదియేటి గొండ్లయి
యక్కట కిటెనంకిపవరాజిషిం ద్రోచెవ కెలరయెల పే
నెక్కడి దాంక్యోప్రయసిపడి పెనరగుక్క శేఁ చెవన్. 41

పై ర వఁగణుల్లింతకుమపత్తురపారంగమానకింగడుం
దాకిమిఁ బెండ్లియూ సుయుతాదిఘనంకకురిన సిద్ధదిక్
దాకిశ లేక గుండెపహింతష్టగు నిని నను గ్రభార్యగా
జేఁబడునన్న సుత్పరిజకెష్టమహింబలయు మ్మనమ్మతిన్. 42

అదితినా యుర్వక్షక్కర్ఘుఁడువగాతారకునా, తొలుకవారల శిల్లుదోఁచుకొకొ!
తారకకర్ణపులది త్రిముకం దుపడకున్నా, గుర్వ్వ్రిత్తయనిక్రమదోలఁగుకొకొ!
నాప్రాణక ఖరలచంనదుధర్ష్మాదానా. సుబ్బుసుబ్బలయాలఁగాతుకొకొ!
యంకిపొండినపాదలాబానపచులకరా, శౌగుగానరిబాలగ్యపబంతుకొకొ'
యహాహా! రాజరాజకరా జకంజపసుభా, సత్రియు క్షితోలిపాపాసమున
నీమనోరథంబు పటబేష్టకేరికుం నళిల సిన్లి సైఁదురార్యజనులు. 43

అని యిట్లు బహుప్రకారంబులం బరిహాసించుచున్నంతఁ బోతి సభాగాలించుచు
నిట్లనియె. 44

కాని త్ర్పరిమ విక్నగ్ర సుహీతింగాకంఠరంటుకాధవ
రూప్యనఁ బట్టముగట్టుదునా మానసహాతుల్ పాసరంబుల్ నికత్
భారుండుకొకిపంచభూతములందిగ్గ్యాంబులకా గాలమున్
శ్రీనారాయణ సేవఁ బడసిలఁదుకిష్టింపంగ కిష్టింపఁగన్. 45

బాలా! నీలీలఁ గరఁగించి పార్థివుండు పోలిసిపిష్టపభోగంబులం గాంచెడి. 48

వ. మఱియును. 49

సీ. కొసరి వాతెర నొక్కి కసుఁగందినో యంచు, నిరతుఁ డై యుం గేలు విడిచి విడిచి
గోటకుబ్బలుమీటి నొప్పెనో యనుచుఁ దా, సౌక్తిచేఁ గుంభికుంభలఁ దియలఁ ది
పెలయఁ బొన్నుపఁ దార్చి విరులొత్తినో యంచు, నఖపుశేసుకముపైఁ దిగిచితిగిచి
తమిదీఱ భోగించి శ్రమము పొయ్యెనో యంచు, చెంగుపు చేఁ బేసాల్ విసరి విసరి
తే. సోయగముఁ గాంచి తిలకించి సొబగు మించి, మురులు కొలించి కొలించి మదిఁ గరంచి
యుబ్బుమరలు దీఱఁ లాలించి యామలించి, కళకితోఁ దీకూటమి విభుండు తులకరించె. 50

సీ. తరిపాకుం స్తన స్తబకావయామ్లేష, చలిత బాలావక్త్ర జలరుహంబు
పతికరవ్యతికర భ్రశ్యత్సువానూష, వనితానవానాకుంఠనపటంబు
రమణసంక్రమణసంభ్రమ విస్రస్తకచపాశి, దక్షిణాంగసంగిధూపారవంబు
పురుషాధిగమసుఖస్ఫురితా స్ఫులపలస, మృష్టామృత్స్మత్రాముపకళసంబు
గీ. రతిసవిలాలలితోర్యా స్తరచ్ఛదంబు, పులకములంకితదర్పణోత్పల్లగల్ల
ముల్లలత్కేకపాశమనోజ్ఞ్యగా, నిరతిశయ మరయ్యె యపాయవనిధునంబు. 51

శా. ఆలోలాలక మాచలత్కుచభరం బాస్విన్నగల్లస్థలం
బాలీధ ప్రియుపాణిపల్లవచితాంబా మ్లేష మావిగాలదు
శ్లీలల్లోచన మాత్ర సాధరదరస్మేరాననాంభోరుహం
బాలం బాభరణంబు గాను పగతం బౌలేను సల్పేక స్మృతిః. 52

వ. ఇవ్విధంబున నానంపజలు లతులసంపదలం బొదలును నిద్రాపారవశ్యంబునం దనరు న
పరంబున. 53

ఘనులఁ జేరు భీమలను జాఘ్రుడు రుద్ధతి యుగ్గతిఫుర్రిలై. 56

వ. ఆసమయంబున. 57

ఉ. గాములమేటి శోకములగప్పు తిమస్తులు త్తి యామినీ
భామతోలంగుబ్బా నికిశాకలకాంతమ చక్ర సాకఫు
న్నోమల మెట్టపంట సదినీజులచేతులతోడు కప్పబా
బామిందమాఘు తేఁగనిగల్గ నుండు తూర్పునఁదోఁచె నర్తకా. 58

క. ఆలోకనతా మేల్కని, బాలాంత్మంబు తూర్పుపతికాఁగిఁబిలో
వాలీషియుగుటఁ గనలక, మేలమ్మునముండె విభుఁడు మేల్కనుననుదుక్. 59

వ. తదనంతరంబ మేల్కాంచినపతింగాంచి సప్రణయంబుగాఁ దవ్వరణంబుల కెరఁగి
తిననుజ్ఞాత యై. 60

శా. పింబాఱంచి నవితోఁ గటినటద్వేణీలలామంబుతో
వాడుందేజినపుష్పమాలికలతో వ్యత్యస్తహారాళితో
శ్రీదానప్రముఖంబుతో శ్రమజలావిద్ధాంగరాగంబుతోఁ
గ్రొదాకల్పము దిగ్గనాలసునతిఖేలాన ప్రాంగణై. 61

వ. అసమయంబున. 62

శా. తానుం దానపు డీగ్గి యగ్గలిక నిద్రాత్రిక్షకృత్రుండు స
స్నానానంతరకాలవిహితనియమ లక్ష్మిన్నదియుదాక ప్రీతుఁడై
ప్రాంగణాంతికలోనికిం దిగిచి విశ్వాసంబుతో నిల్లనెక్క
బాలం జేటికి మద్దుగుమ్మ! పిలువమ్మా సప్తమలకా ఏటికిఁక. 63

తే. అని మగనినోమ్మకంబై నయుక్తి పుత్రిదాము, రానకితి న్ని తిప్పకి చూచి చూచి
ప్రాణనాథ! నిన్ననసాయుఁగాలఁ. దోడకొనిపొమ్ము నన్నునితోడ నిమ్ము. 64

వ. అని [illegible]

నంబు సప్రేమంబుగా వీడుకొలుపం బ్రీతుండై యక్రమంబున నయోధ్యా క్రమంబు వెలువడి బలువడిం బయనంబు సాగించి [illegible] పరివృతుండై హస్తిపురంబుఁ బ్రవేశించి యథాపూర్వకంబుగా రాజ్యంబుఁ బాలించుచుండె నంత నిక్కడ శకుంతలావధూటియు సప్రేమంబుగా సఖులతోం బొడసూపి యథోచితవర్తనంబునం బ్రవర్తిల్లుచు నాత్మగతంబున. 69

సీ. వచ్చెఁబో కణ్వసేవాకుతూహలమునఁ, బొడలచాటున రాజు పొందఁగేల?
పొంచెఁబో చిలుకను బూబంతి వేయఁ, దప్పి యవ్విభుఁ జొప్పుఁ దవ్వులకేల?
తవిలెఁబో యదినిమిత్తము చేసియుండఁగ, భావజాస్త్రంబుగా [illegible] కేల?
పరికెఁబో తల్లిదండ్రులయాజ్ఞ గొనక నే, జగతీశ్వరుని మూర్తి నంటుకేల!

తే. చలిపిలిసిబో నృపాలుండు సంయమీంద్రు, సాక్షిఁ గొనినన్నుఁ దోడి [illegible] కేల?
కలఁచి నతలంపెడైనంబుఁ దలఁచెనకట! యొల్లగానన్నుఁ దోడ్కొమ్మఁ [illegible] రాజు? 70

క. అమునివరులసోమునితో, నెమ్ముని వివరింతు [illegible]
గామిని [illegible], గామినిజంబగు [illegible] గల్గించుటకో? 71

వ. అని యిత్తెఱంగున విచారడోలాయమానచిత్త యగుచు [illegible] దలపోయుచు తన యగ్రభాగంబున. 72

సీ. పరమార్థతత్త్వానుభవమున [illegible], సమాధిచే బ్రహ్మవిద్య [illegible]
నై [illegible] వివరించు, వ్యాఘ్రచర్మ [illegible] దీప్తియుండువాని
[illegible] గా, మను [illegible] ప్రవాని
వేదముల్ మూర్తిభవించు మేదలించు, సముచిత [illegible] వాని

తే. హుతహుతాశనతేజుఁడై యొప్పువాని, [illegible] వాని
నా శ్రమాశ్రమంబుగా నరుగుదెంచు, [illegible] 73

వ. ఇవ్విధంబున [illegible]
బరిగ్రహింపుటయును, గళ్యాణునికిఁ దన్మూలంబున గర్భప్రాప్తియగుం గాఁగలసంపల్లా
భంబును దెలిసి కృతకృత్యుండై కరుణార్ద్రకటాక్షవీక్షణంబులం దక్షిణాంబ
యయ్యుభయానుభయానకరసంబునాపై మధురాలాపంబుల నుపలాలింపుచు నిట్లనియెను.

శా. అల్లంపెర్యుగువానపాండవయిరుగుప్యంతుండు ధాత్రీతలం
బెల్లం దాలుచుఁ జక్రవర్తి యగుఁడై యుష్మాలనీకుశీరా
జల్లజ్జేల్లోరసానిష్ఠ తివిజలీ! విస్మారిపోన్మారిసా
కల్లీ! ధన్యతఁగంటినీవలన నాదౌహిత్రలాభంబునన్. 78

వ. అనుచు నాశీర్వచనపూర్వకంబుగా సత్కాప్యాయనంబు దేర్చి సంభోధనం బాచరించి ప్రియంవదాదిసఖీలోకంబులం బిలిచి యివ్వరారోహ దౌహృదవతి యగుట గనుఁగొని యూహింపందొలఁకొని మాగ్ధ్యంబున వాక్ప్రవ్యంజాలుపుండుం గావున మనోరథంబుదెనమకూర్పవది యనియాదేశించి యథానుగుణంబుగా వర్తింపం గూఁతు సాక్షాపించి తానును యథోచితవర్తనంబున దవగుచుండె నయ్యవసరంబున. 79

తే. పౌరవాన్వయమునకాదికోదిణంబు, కన్యదౌహిత్రలాభైకకల్పభూజ
మౌళిజదర్శనోత్పేపకులకఁ కుంజ, లాపయింతిదాల్చె దౌహృదలక్షణంబు. 80

సీ. కలలవోపగసుధాకలశముద్రలకీతి, నలినాక్షిచనుమొనల్ నలుపులయ్యె
మమువహదోరగామంచుకుధ్యలోకముకాతి, వెలఁదికపధ్యంబువి స్తరించె
గర్భోత్సుకునియూర్పునాకృతిఁ దోపదీఁగల్లు, శ్రీనాతిమణిమయూర్పులిను నుడించె
పత్యజనయని న్యాకహీతారసలమాద్రి, లలితాంగివసులఁజేలవముల రయ్యె

తే. జారపిరాంతరాళకాపారసార, సంపదంసలమాంసప్రసారబాటు
తరలమధుగానాఫోగంబుతేపరుఁజీల, నరయనవయఁ గెఁబెలియానవనలసమయ్యె. 81

తే. పంచభూతగుణంబులువట్టుఁగొన్న, భూరిసద్గుములకెల్లఁబుట్టినిల్లు

గాంధవహగాత్రతనూభవుఁ, గాంచెఁ భూతల భుజ భూతలాధిపుఁడు. ౮౫

మ. వసుధాచక్రము వక్రమై విలసిలెన్ వార్ధుల్ గెలంగెన్ నగీ
విసరం బచ్చుపయఃప్రవాహములఁ బర్వెన్ దారకానాథుఁ డు
ల్లసితుండై తనరారె దేవగణికాలాస్యంబు విరాజెన్ జెసల్
వెస రాణించె శకుంతలాతనయునావిర్భావకాలంబునన్. 86

వ. తదనంతరంబ యుష్కమానుండు తౌలివారం జాతకర్మాదిసంస్కారసంస్కృతుండై
పెరుగుచు. 87

సీ. ఆకాశకూలంకషాకాశవనవాటి, నడియుందుబోవులకే మునివిధమున
క్షీరసారారామభూరిపవిదినుతల్లిఁ, గనుపట్టువసుధాకవనికవణి
వాగవాళావధూవరగర్వాంగణంబు, గదనిరాజించుభాస్కరునికరణి
నిగమాగమాచారనిర్మితాధ్వరవేదిఁ, దుఃఖింపనీతిహోత్రువిధమున

గీ. గుహ వెడలి మీఱుసింగంపుఁగొదమపగిది, గదిఁ బొడమి శేర్పుబలమానికంబుచూడ్కి-
వర్ణితాతిగసాంకదీక్షితపోస్క, పంతేలుండై తపస్వితాసుంతలుండు. 88

సీ. సరసాత్మభుక్తిమేటికసజసాళునకోటి, వరభయాంకఁ జేర్పాటిఁ బరిఖవించుఁ
గుంచితోయకపోణికాంచితకిశాచాటికిఁ, బంచానన శ్రేణిఁ గొంచె మెలఁగు
వారణంబులఁ గిట్టి పోరి తొండములఁ బట్టి, భూమిపాన్ములఁ గిట్టి కేరుచుండుఁ
జండమై ఘీరివిహాతి కొండరాచులఁ దూఱ, గండకమ్ములఁ జెవి బొండుబుబలుచు

గీ. దురుతిరక్షుస్థగాలశార్దూలకోల, ముఖమఖరిపుష్టసత్వ్యసమూహమూహ
మోహరింపఁ గొంటుకవాజిసాహసమున, డెందుపడుచుండె శకుంతలానందనుండు. 89

వ. ఇవ్విధంబున నిసర్గబలానర్గళభుజార్గళుండై మృగంబులకు గాంతారమార్గంబులం గ్రమ్మ
దుమహాసత్వంబులకు గుప్తసత్వంబులం బట్టి యక్రమంబున వాక్రుతనలం గట్టిపట్టు
చుండు మశకుంతలపట్టిం జూచి వాంచయము లాశ్చర్యచర్యం జెగుసికొన్యాధుర్యుండు

[illegible]

శా. శ్రీమా! శేఖరశేముషల్లకవిరాళిందూళిపోమూర్వజా
స్థామజ్ గోమంజ నామజ్ఞొంటినటజే శాస్త్రిహితాలాపముల్
శ్రీరంగోమలగోగులాతురముగాఁ జెక్కాడిసాక్రింపన
క్కాడింగామిని కామినీమనసిజాశక్తి గొంటినాకాగిటన్. 92

ఆ. ఈ దలంబుదే యజోల్పదమారించి మారించి, కానిపోని బూటకములఁ గావలి
కలసి మెలసి కాను గాని వానివిశాల, రాజరాజు మనల రాఁడు లేఁడు. 93

మ. తలిదండ్రుల్ దోలు దో ల్లఁగూఁడుకుని నడ్వాహంబు గావింపగాఁ
సలఁపుల్ వృష్టిఁజిర్వకోర్వగుణవిద్యాసంపదాచారవు
న్క్రమకూ ర్తిన్ వరుఁగూర్చ్చగత్తె అఁగునన్ గావద్యోళ్వాశ్రైన పిం
డిలిచెము వాఁరలపోవ్వ వాడుఁగువధూటీ! నిక్కమూహింపుమా. 94

క. చంపుము హింతుల న్నిను రా, ఓంపుము రసిం ష్మఁబలికి విధుఁ చత్తె ఈఁగా
హింపకపోకి వచ్చుంగా, రింపంపో ఁకొని యొకటి సంరీతికన్ ఆకన్. 95

వ. అని యుద్విదంబునం గజ్జలఘ్నులఘ్నంబుగా నగు బాష్పజలంబులఁ గిచకీకుచంబులం బాఱం
బాఱ ముఖి ముఖంబు వాంచి చిన్న నై చెప్ప గూపుచున్నంతా చి ప్రియంవదయుం బోన
వనూనయించి కొంచెం యజ్ఞసరంబుల గాళ్లవుల కళో మల్లికాసౌభాగ్యంబు విన్న
వించుచుండ. 96

తే. కాంతుపాన మెచ్చు మరుగాంతునుచుఁ, గోరకలహూనుగాదిలి రాఁతుఁ జూచి
చూచి రాజ్యపట్టాభిషేకాస్తుఁ డై న, భవునినిశతదోత్సాహభరితుఁ డా చి. 97

చ. ఇదనలకోంబ యన్నుహోత్సుంను దనజీవితకుగోతిమిం జేసం బిలిచి గారవంబున కకుంత
లావధూటిం బిలువం బనిచి సన్నిధింగూర్చ్చి నికనముద్దేశించి తన పత్నితో నిట్లనియె.

చ. కమలగవాక్షపుష్పాగములు గ్రమ్మికగ్గగంధమ్ములై చెలఁగ
గనుఁగొనగా దమూహ్యాదయమూఢులమొఱ్ఱడు పేరు ప్రాణవదుం
జెలిచినవానికింతవఁగ విమ్మటి గ్రమ్మికుక్కన్నవారలుం
గదయనబంపకేశపరితాపభరంబుకఁ జిల్లుపైఁ దంరో. 102

తే. అనుమవెలపోంనుజలకుశిరయాఁనంబుఁ, జాలిమనెలాఁగ గ్రోషించెనుంద వాంగి
బాఁతిమైజాఁజపెట్టినపావకంబు, పీనసంజగఁ బైవయుఁ విపరిఁల్లు. 103

సీ. బలిపుష్టములబారిఁగోలఁగించి సునుమర, కోకిలాక్షము తేఁటుకోనిసతీసు
పిక్కునాటగుగోటిఁ బెనఁపఁజాల్తైవయా. వాసిఁజిబాలింతరాలై గనేలు
నోనాటములుడీకీమానుమందిడింయా, నెమలికోగింటిరాగిని విషంబు
సేవాడుకాలాపమూనఁ బెంపైనయా, చెంగల్వకోలనుపూఁచిఁ తేలంగు

తే. అయ్యా! మనోహ్లాదపునిచేస్థైనచిత్రి, భావచేస్తైనక్కాంగిచెస్తైనఁ గ్రోధి
చేయింగఁ జిప్పిపరుపుముచెప్పిపఘుప, జేఁ జేయేలరికుపాయానగుచ్చు. 104

సీ. తోయంబుగామిఁ కఁకోచుమి తృకాని, తోనరుంబుఁ ప్రాదితో యాఖాకీ
చిత్రరత్నవేష్నా ప్లైచిపురుగైసేఁయుమా, చివురింవఁగోఁడిచివురుఁడోని
కుసుమమాపచిబివన్వకసుచుంబకానిమా, కసుగంబుఁగో యదీసుకుమగాత్రి
ఫలదానములక్రై వఫలీయుంచిమున్నమా, ఫలముంబనీమునోవ్వలకుఁగొంకి

తే. యట్లు మిమ్ముఁ బ్రోదిలాలించియుండరూదున్న వాంఛకుంతిలవనదేవమాయ్యోవ
నత్తవారింటికేగెడు నాదరమున, సాక్ష్యమాంగెకుచనభూమావుంబులార! 105

వ. అనుమ వనచరనికరంబుఁగనుంగొని శకుంతలతో నమ్మహాముని యిట్లనియె. 106

మ. కలికీ! యత్తిలువేవు నోపుఁకొలుంగుం గాంచోలిపాట్పని
కుప్రలాంబాతపుల్ మడించబడిపడింగంచిఁ చెజ్యోత్స్న ల్లుతల్

మరది యురి విశ్వనిందిం గొంటోకనికకెళ యుష్ణనికుల గ్రస్తాండు ఎలల ఉ స్థ
స్థ యునువక్కన్య సీతుంది యిట్లనిమె, 108

మ. సుకుమ్రాణంబనే గుమియా సుకనులంగూర్చి నిల్పిలోకింపుమీ
మరిశాగమ్ములఁ బ్రోవుమీ వీనులగర్వమూర్తిఁ గైకోనుమీ
పురుషుంమూఱకుమీ పటుల్ నడచుకేర్పుల్ పెనుమాడించిరికో
నయంకీ లోకనుతిల్లి చేకానశిమాతల్లి మదీనూత్నలక్. 109

వ. అనినమునిచిత్రప్రకాశంగానంగాంచుకుడు హితోపదేశంబు చేసి మరుమారింగ్రుచ్చి కౌఁగిటఁ జేర్చి మూర్ధాఘ్రాణంబొనరించి యాశీర్వదింబుగానియుక్కొని కార్యధర ప్రముఖుల దహాయుంబుగాఁ బరిచి తానుసుం గౌతమునుం గొండొకవడ్బనివి ప్రఫుల్లఫాల్లారశ్లాఘనమల్లికాశోకపారమారవిహారం బగుకోశ్యకాసారతీరంబున నిలిచి నంగాంచి కొంకెలగోఁ థరతుండసునం బుపగత్రుపత్రప్రణామంబు లాచరించి కంక్రీగు లనుజననిజనకాలచేతిం గ్రమ్మటి నవకల్పానుశై కతిపయప్రయాణంబులం జని చని గగనకూలంకషాధరణంబు లగుప్రతిష్ఠాగస్పర్శభాస్వరవరణంబులను, కనత్కనకజటిలకాశ్మీరకేతనశిక్షితృష్టాకవాహంబు లగుసౌధంబులను, విశ్రుతకళావిలాసమానిజాలకంబు లగుగోపురాట్టాలకంబులను, మనకలస్తంబేరమకసాగనునదాద్గంబు లగురాజమార్గంబులను, నానావిధభిన్నద్రవ్యసన్నివేశంబు లగువిపణిదేశంబులను, వంశునాగిరాసంతైయమ్మయక్కరిచగరింబుఁ బ్రవేశించియునుకుమన్నయకాంచన గాత్రింగాంచి యమ్మటసాకేశంబున సప్తసపురంధ్రీనికరంబు తమలోన. 110

సీ. కలహాటికేటికిల్లయనఁ జూడుక్కలుచిక్కు. కలికిని తరవుఁగన్నులబెపంగు
ననచెలునరవరంబులనెఁగెంపునవిరావంపు. తెలుపనువ్వంపుచాతెలితెలంగు
నిస్తంవులస్థాంపునిపురుదీప్ఁగచేర్పు, కులుకుముఁగొజెప్పులమెఱుంగు
నిసువుకోకేనిమేనిఁగళల్ దులకించు, లలనాలలావశోభలమ్మనాబగు

[illegible]
క్షైళంబే కొలకొలత్లిదియుంజనమేఁ డిక్యావమాత్రికెవ్వారలో
వాలాయంబుగవచ్చుచున్నయదియవ్వాల్లంటినింగంటిరే. 114

అనుమంబొరులబారులై నిలిచియుత్సుకత్వాతిశీఘ్రంబున
స్వచితారత్నముగాం దేఁగాంచనమణిద్వారస్ఫురద్గోపుర
స్థనదాభీలగభీరభేరిపటహాధ్వానప్రతిధ్వానద
ద్ధ్వనినాదంబగురాజసౌధమువియద్విస్తారసంరోధముల్. 115

ఇవ్విధంబున శకుంతలరాజమందిరద్వారంబు సొచ్చి యంతఁ జొచ్చి విచిత్రరత్నప్రకారమ్యంబు లగుహర్మ్యంబులం గనుంగొనుచుఁ గక్ష్యాంతరంబులుగడచి యొక్కెడ మిరమిరకాంచనపాంచాలికాసంచయోపాంచితంబులును, ప్రకటమరకతనికురుంబవిడంబితప్రతిబింబశోభాభిరామంబులును, గనత్కనకఖచితమణిప్రభాపటలజటిలంబులు నగువిచిత్రభిత్తిఫలకంబులవలనను సుసంభృతశాతకుంభస్తంభసంభావితవితానంబులవలనను నత్యంతరమణీయంబు నతివిశాలంబును నగుసభాభవనంబునందు వేదవేదాంగవిత్తము లగుభూసురోత్తములును, తర్కమీమాంసాదిశాస్త్రప్రసంగధోరణీపరిణతిప్రకటనము లగువిద్వాంసులును, గావ్యనాటకాలంకారనైపుణీనిస్తంద్రు లగుకవీంద్రులును, భాగ్యోదయనిశాంతు లగుసామంతులును, నిజభుజాగ్రశౌర్యసర్గశక్తిసముచ్చల లగువీరభటులును, మొదలగువారిచేఁ బరివారంబు పరివేష్టింపం గనకకింకిణీకలితఘోణ త్రిక్కియాసంకులంబుగాఁ బంకజముఖు లిరుగెలంకుల వింజామరమ్ములు వీవ సమున్నతరత్నసింహాసనమ్మున నాసీనుండై యున్నయమ్మనరేంద్రునిం జూచి భయలజ్జాలంకితస్వాంతయై యాత్మగతంబున. 116

సీ. ఈతఁడానీయమూర్తిపథికేగతిఁ జేదఁగవిచ్చి తేరి సె
సేవనిపల్కుడాఁజనుతెల్లనుసవ్వఁగఁ బూర్వపుణ్యమైనా

సీ. కరుడోయిగాదిది క్రమ్ముతుమ్మెదగఱుల్, దొరలనుండినతమ్మివిరులుగాని
మేను గాదిది వాడుస్త్రీమారుఁగోయిల, పగరఁగానిమ్రానిచిగురుగాని
మోముగాదిది కౌఘామమ్మైమేవాడుఁ, కామెయుంగనిచందమామగాని
కెమ్మావిగాదిది పమ్మిరదాబిల్కు, పిండుగానిదొండపండుగాని
తే. నొక్కువిరిగావునిడ్డంపుఁజికిలికొప్ప, తద్దయుజెంగుమించుటద్దములుగాని
దివ్యమోహినియుటుసుకేరకొప్పు, ననుచునీశంకరవటీసఖ్యప్రబంధు. 122
క. అప్పుడొకపరిక్రేఁగంటక. వ్యపగతమతిముఁజూచిచూడనివిధంబుననే
విపరీతస్థితిఁబెంచెఁ, జనకేశుఁడందమందుసందియమందెన్. 123
వ. మఱియు సాత్త్వికతంబున. 124
తే. అకటకట! చూచిచూడనియట్టులేత, చెయ్యదుప్పాఁడెయుంగకరోయరోయిఁగి
రమోరొయింగటందులొకొదపుశంక, రాజబింబాస్యయప్పుమారాజుఁజూచి. 125
మ. జగతీవల్లభ! చిన్నియుంగవ! గజాశ్వస్యందనశ్రేణితో
మృగయా సంగతిఁ జేరుడంచిపృతనోర్వీప్రాశిముండించిరియుం
టఁగఁదవ్వాస్త్రమభూమిఁజొచ్చితమిఁజూడ్కం జేరగాంధర్వవిం
పుగవర్హిందుముదుపవ్వరింపవి! సభోభూదేవతిల్ పాతిఁగన్. 126
మ. అహ్రదేకా విలసత్కటాక్షలలితాస్యశ్రీవిలాసంబుతోఁ
గృపవిూఱజోవముఁజూచిజేఁగఁదగువారింబంటుసీవాప్పదీ
యుపురీరత్నవిచిత్రహర్మ్యమలయద్వల్లీఁగ్రీడింపర
మ్ముసురోమాత్తి! యనఁగ్రత్తినవిపమ్మాదంబునంబల్కెనే! 127
క. శేఁటకినవ్వుఁబనుపక పాఁటిపనోరచనమంనుపాటకనన్ను
వొప్పలవినిచిష్టసుఖముఁ, పాటవమునకంగుభూమిఁపతిదీనిగునే. 128

సంధ్యయు నంతరాత్మయు యముండును జంద్రసూర్యులును నహోరాత్రంబులును సాక్షులై యుండుటం జేసి నిచ్చలు తన్ను మ్రుచ్చిలనసాధ్యం బెట్లగు ? నీ చేసినట్టి సమయంబు తప్పి నాయెడ నవజ్ఞ సేయం దగునె? ప్రజాపతియుం గుణవతియును సువ్రతియు నగు కులసతి నవమానించుట మహాపాతకంబు. అదియునుం గాక ధర్మార్థకామంబుల కుపకరణంబనియును, చారిత్రపరిశీలనంబునకాధారంబనియును, వంశ్యస్థితికి మూలంబనియును, సంసారంబునకు నాగారంబనియును, హృదయతోషణంబునకుం బో కంబనియును పెద్దలుం జెప్పుదురు భార్యాపరిగ్రహంబు పెద్దచేసిన కల్గుట నాయెడల ననుగ్రహంబు సేయుట నీకు సర్వార్థసాధకంబు. 132

క. నీపాపం డీపాపం, డీపాపని బ్రాలనద్దమిడికమం గొనుమీ
దీపంబుం దీపంబట్టి, రూపంబున నట్లు సదృశరూపుండు నీసుత్. 133

శా. పాయుష్యంబులు పల్క నేల శ్రుతులీ? వస్మీరదిఁ హ్వాద్రిక
మ్మావిరసాగ్రపటీరసౌరభవమత్కర్పూరం బాచంద్రాతపం
శ్రాదామూలసేవనంబుమను గీల దిగ్రాంతిమొంగాంతురో
శ్రేయోరాశిబుగఁ బుత్రగాత్రమిశ్రం బెట్లుండునో చూడంగా. 134

చ. అనఘుండు వాజపేయశతివర్ధిఘటీంమణుమామహాటంకువా
వనచరితుండు శౌర్యనిధి సంశకరుండిగునికెనూభిమ్రం
డవియుశరిరిబాలసువయంబుతలస్వనిరింనెంగూర్మిఁగ
న్గొనుమహనీశ! సర్వదము నుండనిపల్కి కవినిఖేచరుల్. 135

క. పట్టపుదేవింగాఁజే, పట్టుదుని నందనయు రాజ్యభారవహుంగా
బట్టముగట్టుదునని వని, బట్టుపఱచు నాటి సత్యపథ సెడలకుమీ. 136

సీ. విమలంబులై నకూపములనూఱిటికంటెఁ, బరికింపనొక్కబావి మేలు
బావనకిఁ జేయఁ బావులనూఱిటికంటె, గణుతింపనొక్క సత్క్రతువు మేలు

చిరయోగభూరా విదులకుబకభాసదు శెట్టి సయుండో చకటున్న తించినమ్మానపతి యమ్మానవతి
సం ప్రార్థనంబు సైన విపులంబెట్టి వెండియు ని ట్లనిరి. 141

క. ఎక్కడి దినుఁడు నెక్కడిది, నెక్కటి సేనప్పిటి వాదమేటికి గిరికే
చక్కఁదనంబు నరుత్వము, నొక్కని సెదు గొడ్డివలుకుటు విత మెసగున్. 142

వ. అనిన నక్కోడి నిట్టూర్పు నిగిడించుచుం గొండొకదవల్పూరకుండి క్రోధారుణంబులగు కటాక్షంబుల నక్షమీపతి కెక్కినయుఁ జూచుచుం జూచుచు గాంధర్వవివాహంబునం బరిగ్రహించుటప్పటివఱకు లగ్గడించి కపటధార్మిక యుప్పుడు ప్పొటనొప్పం జెప్పియున్న దిప్పగిదిం దప్పం బ్రోచిన నా నోఁచినోము సఫలంబుగాఁగలదేని నీయడికి నిస్సాక్షులు సాక్షాత్కరింపకుండుగుకేయుని రేయిలుఁగుసురాల్పడింబడి యక్కులికిక నుఁ గొలంకులం జారు బాష్పజలపూరంబుఁ గిరకీలంబులతో త్రికోనుచు నప్పుడు సన్నిధానంబున నిలువను నరలిపోవనుండ నొకపయాత్మకతంబునఁ గొండొక విరక్తింది లోకసాక్షియగు పుండరీకాక్షుండు దక్కం బట్టోకుఁడలిక్కుంటే దీర్ఘంబులరని తలంచి శ్రీహరిమగ్డించి యిట్లని వినుతించె.

శా. శ్రీభూమీశకలతోఁ బరాత్పరత రాజిల్లంజతురూప్యశ్రీహి సై
శోభిల్లెదవిధవాంబుధార దమల మిచ్చుల్ గురుద్దవసర్పాంతరం
గాభోగం బావహించఁబూజనలనుద్యగ్మూర్తి వర్తింపనీ
సౌభాగ్యంబు విస్తృతకభోగ్యతను మాసత్యంబువారాయణా. 144

క. కరిబేతి నాగునిఁగావిన, కరుణాపయనాలయుఁడవు గావునరుంపద్
వృంద నాపరణాంబురుహముల, శిరిణమువేఁడితిని సర్వసాక్షివధీశా, 145

గా. తొట్టెం బుట్టఁగఁ గల్లిసం ద్రులవనికా బోఁ క్రోధిగిక్షై ఖరిక
వొట్టెం బ్రతిప్రాణవాయకుఁ దుపోపాన్నం మనో నాధీశా

[illegible]
బలభిద్వహ్నిముఖాఖిలామరవరుల్ పార్శ్వంబులం జుట్టిరా
లలదుత్తుంగమతింగ రాజరథుఁడై లక్ష్మీసమేతంబుగా
జలజాక్షుండు శకుంతలోకగుఁడై సాక్షాత్కరించెన్ రహిన్. 149

వ. ఇత్తెఱంగున నమ్మూర్తి కాశీసత్యంబునకుం బాతివ్రత్యంబునకు మెచ్చి యుచ్చైరుపాటున విబుధవృష్టులు పొగడుకలశలం బాలించుము గీతుండుమ వాగీశుండును లోనుగాఁగ దివ్యపురుషులు పొంగపా కుఁగసతరివారంబుగా నలుగెలంకులంబలవి నిలువ శ్రీభూనీళాసమేతుంబుగా గరుడవాహనారూఢుండై కిరీటకటకగ్రైవేయకేయూరకాంచీముఖభూషణస్థగితమణికిరణప్రభాజాలంబు నలుగడలం గడలుకొన నద్దేవుండు సాక్షాత్కరించినం గాంచి సామంతినం త్రిపురోహితప్రముఖపరివారసహితంబుగా దిగ్గన లేచి దండప్రణామంబు లాచరించి ముకుళితకరకమలుండై యొద్దికముంబుఁక నేరక మిన్నకున్నం గని యాపన్నశరణ్యుం డగు నప్పన్నగశయానుండు నరవాహుని ముఖంబునఁ గరుణాతరంగితంబులగు నిజకటాక్షవీక్షణంబులోలయ మృదుమధురగంభీరస్వరంబున 150
ని ట్లనియె.

శా. సత్సంతానఫలామరద్రుమము సంసారక్రియాయాలయా
వత్సంబత్సన్నృపకావలంబనము సౌభాగ్యాలవాలమ్ముని
త్యోత్సాహంబుల కట్టుఁ గొమ్మ సుకృతోద్యోగానుసంధానమో
వత్సా యిట్టిపతివ్రతామణిఁ గయున్నంచెం జెడే లేలకై. 151

ఆ. నీమనోరథంబు నేఁ జెప్పి చదువఁ, జేమమరయఁ గోరికోరుకొమ్మంగి 152
బాలతోడ నిమ్మఁ బ్రాపింపనప్పిన, నవగణింపఁదగు నెఱుఁగని వాడ.

సీ. అభినవస్వర్గక్రియారంభమునకు గ్ర, దీక్షఁ గావింపు గాధిజుండు తంత్రి
లోకోపకారార్థమాకాశనదిఁ బట్టి, క్షితిమాన్యుఁ డేకాదె వితల్లి

[illegible] వత్రి [illegible]
నిరాలంబనేత్రా మునిస్తుత్యగాత్రా పయోజాతనేత్రా ధరిత్రీకళత్రా హితానందమూలా
కళానంగకేళీ సహస్రారహస్తా బహుస్ఫారశస్త్రాయుధంబులందంబులందంబులున్
నస్తోకానందంబు నుద్వృత్తశాంతోత్తరావారవంబుల్ యుద్గుణంబుల్ ప్రధానంబునం
బూరుషుం డనన్ బ్రహ్మాభ్యాసయుక్ యుక్తిఁ బ్రహ్మన్ సముద్గమంకాంశలీల ప్రతి
ష్ఠాకరిష్ఠంబులం దనన్ ద్రయ్యాశిరోవాదులు ప్రబోధింతు రీకావ్యవృత్తివ్యాగులం గార్య
ములు కారణస్థానమున్ జేసి సంహారకేళీకళాశాలివై హాళిభూత ప్రపంచంబులోఁ గొందు
నవార్థశ్రుతిన్ శుద్ధసత్త్వావృతిం గూడి క్రీడింతువున్ ద్రష్టరీశావి స్థిరింపన్ యుష్మచ్ఛా
నినుం దింద్రియచ్ఛాయలజ్ఞానశక్తి త్రయీన్ జాలుమ్మూలమ్మింపఁ బెంపై యుష్మన్మహా
ప్రపత్తిన్ మహాత్తాయుహంకారమై పంచతన్మాత్రమై పంచభూతంబులై దేవతిర్యఙ్మను
ష్యాదికవ్యక్తులై విస్తులన్ జాలుమ్మూలం స్వయం జీవులన్ తావులం జేర్చి పాలార్చి
దుం బరేశుండవై ప్రేమ దుర్వ్యూహభేదంబులం గాంచుచున్ దివ్యలీలావతారంబులం
దీర్చుచుం బ్రీతిమైనంతరాత్మస్వరూపంబునం జేర్చుచుం బొంగి శ్రీరంగకాంచీజగన్నాథ
శేషాచలాది ప్రతిష్ఠానికేతంబు దౌదిన్యదేశంబులన్ భక్తవాసంబులన్ సంతతా
నందపూరంబులం దేల్చుచుందువ్ వివేకంబు ఘోరమాసిషింటోఁ వైతూల వేదాపహా
రిన్ విదారించవా, పీఠిమైఁ గూర్మమై కూర్మమై యొక్కులన్ మెప్పులన్ నుప్పఁ గాముం
దరాకంపనాగంబునన్ వామనాగంబుఁ శౌర్యన్ గోప్యుఁడై మాపువందాల్పవా, క్రీడమై
క్రోడరూపంబునం బ్రోదవై యాహిరణ్యాక్షుపై శోహరిన్ సాహరిన్ దూఱుచున్ దా
రుణుఁడై పోరుచున్ జేరిచెండాడవా, క్రైవసింహావ్యకంఠీరవంబై భుజాగౌరవంబున్
నిష్ఠోగ్రరవంబుం జిమం జెల్ల ఘూర్ణిల్లఁ గేసున్ బహుజాలభూజాతధారాప్రభాభర్వ
గర్వోదయాజేయుఁడై తేనుమూలంగోయులం భేదరత్నాన్ వడిన్ జీరి గారించి ప్రహ్లాదు

లంబై నిరాకారంబై నానాబై అద్వయంబై యద్వయంబై [illegible] దవి
తేజం బిరాజింగళామధ్యవీథిన్నిరోధించి భావించి సేవింపుచుధీరుల్ గజానిత్యమూరుల్
సదానంద గోవింద మాధవుండవై యిందిరాదేవితో నందిరాజువితో నిందురా నిన్నుదుర్వంది
రంబై కదుక సుందరంబయ్యె మద్గోత్రముక్ జాత్రమయ్యెక్ మదాచారముక్ సం
తతోగారమయ్యెక్ కృతార్థుండనైతిక్ ద్రయీతత్త్వపారాయణా యాదివారాయ
ణా దేవతుభ్యన్నమస్తే నమస్తేనమః. 157

వ. అని యనేకప్రకారంబుల వినుతించి శండియుం నిట్లనియె. 158

శా. దేవా కాశ్యపు శాస్త్రసుంబునకు నర్థించి యేసేవకో
దైవంబుక్ జెరలేచగాడ్పవని గాంధర్వశ్రవోద్భవాహనా
భాగంబుర్వ్య లెఱుంగమిక్ వెఱచితిక్ బాలామణిక్ గైకొనక
సాధ్వత్నాంతము నెఱుంగనంటవేనాళీకపత్త్రేక్షణా. 159

ఉ. ఏనికనోరికట్లభయమిచ్చితిరిచ్చలు నిచ్చలక్ బర
ధ్యానపరాయణుండనక తావకపాద పయోజ యుగ్మము
మ్మానినిసాక్షిగా నాడివిమత్సవాచారిణియయ్యెననియ్యెదక్
దీనశరణ్య మీర లరసెంచుబవిత్రమి కత్రసాక్షినై. 160

క. మిచ్చితిరాత్మక్ సాక్షికి, వచ్చిగిరిందుల జవాపవాదము దీఱక్
బచ్చితిరి మాకువిశ్రుతి, నిచ్చితిరభయప్రదానమిమ్మానినికిక్. 161

వ. ఇత్తెఱంగున మారిన పైకొంది పలుకుడు సగౌరవంబుగా శకుంతలం గలిపికొని శ్రీభూ
నీళాసహితుం డగునప్పేనదేవునకుఁ బ్రదక్షిణనమస్కారంబు లాచరించి. 162

[illegible]
దు గంతకర్తయై శ్రీ క్షితిపౌరుషంబుల సంపాదింపంగలవాఁడని యాదేశించి కవజాతరం
గిరికటాక్షవీక్షణంబులం గృతార్థులం గావించి యంత నయ్యవసరంబున ఖచరివారం
బుగా నంతర్ధానంబుచేసె నత్యద్భుతంబున. 164

ఆడిరి రంభాదులు గరిమఁ, బాడిరి గానంబు నారదఫణితతిఁ ఖచరుల్
వీడిరి తోవము పొరలు, కూడిరి దుష్యంతుఁడును శకుంతలయు ధృతిన్. 165

ఇవ్విధంబున దుష్యంతుండును శకుంతలాసహితుండై కుమారుని యౌవరాజ్యపట్టాభిషేకోత్సవంబు నిర్వర్తించి బ్రాహ్మణులకు నానావిధమహార్హవస్తుప్రదానంబులం దనిపి మహోత్సవవిధవంబున శకుంతలయుం దానును యథేష్టభోగంబులఁ దనరుచు రాజ్యంబు పాలించుచుండె నని వైశంపాయనుండు జనమేజయునకుం జెప్పి వెండియు నిట్లనియెను

ఫలశ్రుతి.

ధర్మార్థులకు భూరిధర్మప్రదంబగు, నర్థార్థులకు నగు నర్థదంబు
కామార్థులకు దివ్యకామప్రదంబగు, మోక్షార్థులకు నగు మోక్షదంబు
పరిణయార్థులకును బరిణయప్రదమగుఁ, బుత్రార్థులకు నగుఁ బుత్రదంబు
సంపదర్థులకును సంపత్ప్రదంబగు, విజయార్థులకు నగు విజయకరము
చేకొఁ జదివిన వ్రాసిన వినిన యట్టి, ఘనులకఖిలార్థలాభంబుగలుగుచుండు
ననిని యాచంద్రతారార్కమై యలరుచుండుఁ, బరఁగుచుండు శకుంతలాపరిణయంబు. 167

అని శకుంతలాకల్యాణమనఁ బురాణ, మౌని యాఘండుఁ జెప్పినయనుజవిభుఁడు
వినుటకు దివినమునుండి విస్మయమునఁ, బొంగి సంతోషభరితాంతరంగుఁడయ్యె. 168

ఆశ్వాసాంతము.

హరిహరనాగ నాగపతి తారక తారకతార తారకా
శరశరదిందుకుందహరిచందన చందనభాగభాతి

స మా ప్త ము.

చెన్నపురి: వావిళ్ల. రామస్వామిశాస్త్రులు అండ్ సన్స్‌వారి
ఆదిసరస్వతీనిలయముద్రాక్షరశాలయందు
ముద్రితము—1913.

[illegible]

లంకావిజయము, సటీక	...	1	8
కృష్ణరాయవిజయము, కుమార ధూర్జటి	...	0	8
భాస్కరరామాయణము, చక్కనికూర్పు	...	2	8
నిర్వచనోత్తరరామాయణము	...	1	4
ఉత్తరరామాయణము, కంకంటి. పాపరాజప్రణీతము, చక్కనికూర్పు		1	8
అచ్చతెనుఁగురామాయణము, శుద్ధప్రతి	...	1	4
రంగనాథరామాయణము, ద్విపద, చక్కనికూర్పు	...	2	8
గోపీనాథరామాయణము, శ్రీమద్రామాయణమునకు సరియైనపద్యకావ్యము		4	8
మొల్లరామాయణము, చిన్నపైజాను పెద్దక్షరములతో చక్కఁగముద్రితము.		0	8
వసుచరిత్ర, విమర్శనము, అత్యద్భుతములగు శ్రోత్రవిషయము లనేకములిందుగలవు.		1	0
వసుచరిత్ర, సవ్యాఖ్యానము	...	2	6
రాఘవపాండవీయము, సటీక, చక్కనికూర్పు	...	1	8
శృంగారనైషధము, శ్రీనాథకవి	...	0	10
కాశీఖండము ,,	...	1	4
ఆంధ్రభాగవతము, పోతనామాత్యప్రణీతము, ఇదివఱకు ముద్రితమైన ప్రతులకన్న అన్నివిధముల బాగుగనున్నది	...	3	0
డిటో మేలుప్రతి, చక్కనిబైండు	...	4	0
డిటో అత్యుత్తమప్రతి	...	5	8
వీరభద్రవిజయము, బమ్మెర, పోతనామాత్యప్రణీతము.	...	0	12
మనుచరిత్ర, సటీక	...	1	8
ప్రభావతీప్రద్యుమ్నము, క్రొత్తకూర్పు	...	0	8

హరిశ్చంద్రోపాఖ్యానము, శంకరకవిప్రణీతము	...	0	8
అనిరుద్ధచరిత్ర, కనుపర్తి. అబ్బయామాత్యప్రణీతము	...	0	8
విక్రమార్కచరిత్ర, జక్కనకవిప్రణీతము	...	1	4
వేంకటాచలమాహాత్మ్యము, తరిగొండ. వెంకమ్మప్రణీతము, చక్కనికూర్పు		0	14
పంచతంత్రము, నారాయణకవికృతము	...	0	12
జైమినిభారతము, అశ్వమేధపర్వము, చక్కనికూర్పు	...	0	12
సారంగధరచరిత్ర, చేమకూర. వేంకటకవికృతము	...	0	8
నిరంకుశోపాఖ్యానము	...	0	6
శకుంతలాపరిణయము, కృష్ణకవికృతము	...	0	10
నృసింహపురాణము, ఎఱ్ఱాప్రగడ	...	0	12
ఉత్తరహరివంశము, సోమనాథకృతము	...	1	4
రుక్మాంగదచరిత్ర, ఏకాదశీమాహాత్మ్యము	...	0	8
సులక్షణసారము, సటీక	...	0	8
ఆంధ్రబ్రహ్మాండపురాణము	...	4	0
దసరాపద్యములు	...	0	1
ఆంధ్రనామసంగ్రహము, ఆంధ్రనామశేషము, సాంబనిఘంటువు, టీకానుక్రమణికాసహితము. కాలికోబైండు		0	12
అప్పకవీయము, చక్కనికూర్పు, అట్టబైండు	...	1	0
డిటో కాలికోబైండు	...	1	10
బసవపురాణము, పిడుపర్తి. సోమనాథకృతము	...	2	0
వేమనపద్యములు, చక్కనికూర్పు	...	0	4
డిటో బ్రౌనుదొరగారి ఇంగ్లీషుతో	...	1	0

వావిళ్ల. రామస్వామిశాస్త్రులు అండ్ సన్స్, 192, ఎస్ప్లనేడ్, చెన్నపురి. ఈ.

చంద్రశేఖరశతకము ...		
రామలింగేశశతకము, అడిదము. సూరకవిది ...	0	2
కాళహస్తీశ్వరశతకము, ధూర్జటికవిది ...	0	2
కుక్కుటేశ్వరశతకము, కూచిమంచి. తిమ్మకవిది ...	0	2
దేవకీనందనశతకము ...	0	2
కృష్ణశతకము ...	0	2
నారాయణశతకము ...	0	2
కాళహస్తిశతకము ('సాంబశివా మహాప్రభో') ...	0	2
సింహాద్రినారసింహశతకము ...	0	2
భద్రాద్రిరామశతకము, పావులూరి. మల్లనకృతము ...	0	2
ప్రసన్నరాఘవశతకము ...	0	2
చిత్తబోధశతకము ...	0	3
భోగినీదండకము, బమ్మెర. పోతరాజప్రణీతము ...	0	1
గజేంద్రమోక్షము, సటీక, చక్కనికూర్పు ...	0	6
రుక్మిణీకల్యాణము, సటీక, చక్కనిప్రతి ...	0	6
నలోపాఖ్యానము, సటీక, చిన్నసైజు ...	0	6
నలచరిత్ర, ద్విపద ...	0	14
హేమవతి, రాజపుత్రస్త్రీసాహసపుకథ, శ్రీ ఎమండ్రి. నారాయణమూర్తిగారిది	0	8
శ్రీరాఘవవిజయనాటకము ...	0	2
రాజయోగసారము, ద్విపద ...	0	4
కన్యాశుల్కము, శ్రీగురజాడ. అప్పారాయకృతము ...	0	12

బాలగంగాధరతిలకుగారిచరిత్ర, ప్రతిమతో	...	–	–
దాదాభాయినౌరోజీచరిత్ర ,,	...	0	1
ఆనిబిసెంటుచరిత్ర ,,	...	0	1
వివేకానందస్వామి జీవితము, ప్రతిమతో	...	0	1
శ్రీకృష్ణదేవరాయచరిత్ర ,,	...	0	2
స్వామిరామతీర్థజీవితము	...	0	2
సూరదాసు కాశీ త్రిస్ప్రశత వ్యాసములు	...	0	2
శ్రీ [illegible] ఉపన్యాసములు	...	0	2
శాలివాహనచరిత్ర	...	0	2
శ్రీబుద్ధచరిత్రము	...	0	4
సోదరి నివేదితజీవితము	..	0	2
లార్డుక్లైవు జీవితము	...	0	6
సత్యసంధ్యాకథలు, శ్రీసీతారామశాస్త్రికృతము	...	1	4
మర్యాదరామన్నకథలు, చక్రపాణికూర్పు	...	0	2
పరమానందశిష్యులకథలు	...	0	3
తెనాలిరామలింగనికథలు, జీవితము	...	0	4
కేదుకన్యకటిమున్నకథలు	...	0	2
మైరావణచరిత్ర	..	0	2
ఈసపునీతికథలు, శ్రీ [illegible]కూర్పు 1-వ భాగము	..	0	6
,, ,, 2-వ భాగము	.	0	8
షేక్స్పియర్ నాటకకథలు, సులభశైలి	.		4
అరేబియన్ నైట్స్ కథలు, చక్రపాణికూర్పు	.	1	4
శ్రీ గురుజాడ. శ్రీరామమూర్తిగారి ఆంధ్రకవిజీవితములు	.		5
తారాబాయి, చక్రపాణినవల	.		12
ఆనందమఠ, నవల, నూతనముద్రితము			12

దుర్గేశనందిని, నవల		...	0	10
నీతిచంద్రిక, చిన్నయసూరిగారిది, చిన్నసైజు	,,	...	0	6
పంచతంత్రము, పద్యము, సులభశైలి	,,	...	0	6
రామదాసచరిత్ర, చక్కనికూర్పు, మంచికాగితములు, ఇంకా శ్రీరామదాసుగారి ప్రసిద్ధగానకీర్తనలతో	,,	...	0	5
ఆంధ్రశబ్దచింతామణి, సటీక, శుద్ధప్రతి	,,	...	0	6
ఆంధ్రభాషాభూషణము	,,	...	0	
ఆంధ్రభాషార్ణవము, చక్కనికూర్పు	,,	...	0	1[illegible]
ఆంధ్రచంద్రాలోకము, సటిప్పణము	,,	...	0	6
బాలవ్యాకరణము, చిన్నయసూరిగారిది	,,	...	0	
ప్రౌఢవ్యాకరణము. శ్రీసీతారామాచార్యకృతము	,,	...	0	12
అధ్యాత్మరామాయణకీర్తనలు, చక్కనిప్రతి, చిన్నసైజు		...	0	6
అద్వైతసంగ్రహము, వచనము		...	0	2
వాసుదేవమననము, వచనము, చక్కనికూర్పు		...	0	14
శబ్దార్థచంద్రిక, అకారాది ఆంధ్రనిఘంటువు		...	2	8

www.ingramcontent.com/pod-product-compliance
Lightning Source LLC
LaVergne TN
LVHW020124220825
819277LV00036B/576